శ్రీ సాయినాథాయణం

- వెన్నెలకంటి ప్రకాశం

(పినతండ్రి వెన్నెలకంటి హనుమంతరావు గారి ఆశీస్సులతో...)

SRI SAI NATHAYANAM
Vennelakanti Prakasam

శ్రీ సాయినాథాయణం
వెన్నెలకంటి ప్రకాశం

ISBN: 978-93-48518-50-7

ముద్రణ : **నవంబర్, 2024**

మూల్యం: రూ.

ప్రింటర్స్ :

డిజైనింగ్ : క్రియేటివ్ గ్రాఫిక్
నాచారం, హైదరాబాద్-76.
ఫోన్ : 9989961474

ప్రచురణ :

శ్రీసాయి నాథాయణం గమనార్హం

శ్రీసాయిబాబా జీవిత దివ్య ప్రయాణం

1. సమాజం తనగతి తప్పినప్పుడు
దివ్య మానవ జన్మ రక్షణ నిడు

2. సాయినాథుని ప్రథమ ప్రకటన పదహారేళ్ళ వయస్సులో
శిరిడీ గ్రామంలో కన్పించారు వేపచెట్టు నీడలో

3. కోమలమైన వయస్సు కఠోరమైన తపస్సు
ఆరు బయట ఆసనం వైరాగ్యంతో మనస్సు

4. ఖండోబా పూనికతో కోరారు కొందరు యువకులు
అందరికీ తెలియాలి ఆ యువకుని ముందు వెనుకలు

5. గునపంతో తవ్వితే బయట పడింది సొరంగం
అక్కడ వెలిగే ప్రమిదలు తెలిపాయి ఆ అబ్బాయి తపోరంగం

6. ఖండోబా అన్నారు అది ఆ అబ్బాయి తపోస్థానమని
పన్నెండు సంవత్సరాలు అక్కడ తపస్సు చేశారని

7. అన్నాడు అది తన గురుస్థానమని పవిత్ర స్థానమని
పీట, గోముఖం, జపమాల ప్రమిదలను అలాగే ఉంచమని

8. అక్కడికి ఉత్తరవైపు భూగృహం దక్షిణవైపు గూడు ఉన్నాయి
గురు శుక్రవారం సూర్యాస్తమయంలో సాంబ్రాణి వేసిన
సుఖ శాంతులున్నాయి

9. ధూప్ గ్రామస్థుడు చాంద్ పాటిల్ గుర్రం తప్పిపోయింది
రెండు నెలల పాటు ఎంత వెదికినా జాడ తెలియకపోయింది

10. దారిలో ఒకరోజు సాయినాథుడు మామిడి చెట్టు కింద
ఉన్నాడు
అతనిని తను చెప్పిన కాలవ దగ్గర వెదకమన్నాడు

11. దొరికిన గుర్రాన్ని తోలుకొచ్చి సాయి నాథుడున్నచోటికి
వచ్చాడు
అక్కడే మట్టిలో గుచ్చి నిప్పు కణికను తీశాడు సాయిదేవుడు

12. సటకా తాకించి భూమిలో నుండి నీరురప్పించాడు
ఆ మహనీయుడు
చాంద్ పాటిల్ అచ్చెరువొంది దివ్యత్వం చూచి తన యింటికి
రమ్మన్నాడు.

13. చాంద్ పాటిల్ భార్య మేనల్లుడి పెళ్ళి షిర్డీలో జరిగింది
సాయినాథుడు వాళ్ళతో షిర్డీ వచ్చి అక్కడే ఉండడం జరిగింది

14. బాలుడిగా షిర్డీలో మొదటి ప్రత్యక్షం
ఇప్పుడు రెండవ రాకతో తిరుగు ప్రత్యక్షం

15. దివ్యత్వము వెలిగే వారికి కుల గోత్రాలు మతాలు జాతులుండవు
ఆత్మ జ్ఞానమెరిగిన పరమాత్మతుల్యుడు సాయికి అన్యనామము
లుండవు

16. దివ్య మానవులు సామాజిక గుర్తింపుకు అతీతులు
భక్తులకు దారి చూపడానికి, మంచి చెయ్యడానికి ప్రతీతులు

17. పెళ్ళి వారితో బండి నుంచి దిగిన వారిని యా సాయీ
అన్నారు భగత్
సాయీ అంటే స్వామి ఆ పేరుతోనే తెలుసుకుంది యావత్తు
జగత్తు

18. అక్కడే దేవీదాసు, జానకీదాసు గోసామీ కలిశారు
గంగాగీరు, ఆనందనాథుడు గూడ సాయిని కలిశారు

19. రాహతా పట్నం నుంచి పూల మొక్కలు తెచ్చి నాటేవాడు సాయి
ఆ ఊసర భూమిలో నాటిన మొక్కలకు నీరు పోసేవాడు సాయి

20. భక్తుడు వామన తాత్యా తెచ్చేపచ్చి కుండలు వాడేవాడు సాయి
ఏ రోజుకా రోజు కొత్త కుండలు వాడేవాడు సాయి

21. స్వామి సమర్థుల స్వప్న సందేశంతో షిర్డీ బయల్దేరాడు భాయి
వేప చెట్టు కింద స్వామి పాదుకలు దాదాకేల్కరు
చేత స్థాపింపచేశాడు భాయీ

22. సాయి భక్తుడు ఉపాసనీ మహరాజు కార్యక్రమాన్ని శాస్త్రోక్త
విధి జరిపించాడు.
దీక్షిత్ పూజలు చేసేవాడు సగుణుడు సాయపడేవాడు

23. నీమ్‌గాంవ్‌లో ఉండే బాబా సాహెబ్ డేంగలే తమ్ముడు
నానా సాహెబుకు
తండ్రి అయ్యే కీర్తి లభించింది సాయి ఆశీర్వాదకారణాన

24. అహ్మద్ నగర ప్రభుత్వోద్యోగి చిదంబర్ కేతన్ గాడ్గిల్ అనే బాబు
సాయిని దర్శించుకోవడం యోగ్యమని రాశాడు నానా సాహెబు

25. శరీరాన్ని ఆఛ్ఛాదించే బట్టలుండేవి మరి
కాని పాదాలకు రక్షలుండేవి కావెందుకో మరి

26. ఆసనానికి ఓ గోనెపట్టు నడుముకు ఒక కౌపీనం
చలికి అహంకారాదుల ఆహుతికి 'ధుని' అగ్నిహోత్రం
ఉండేది

27. పందొమ్మిది వందలా పన్నెండులో ఆ చావిడి మెరుగు పడింది
అనునిత్యము ధుని తన వెలుగు, వేడి పంచేది

28. దీపారాధన అంటే ఇష్టం సాయికి అందుకు నూనె యాచించేవారు
ఒకసారి అంగళ్ళలో నూనె ఇవ్వకపోతే నీళ్ళు కలిపి తాగి
ఉమ్మిగానె వెలిగాయి దివ్వెలు

29. రాగి డబ్బాలో నీరు నింపి దీపాలు వెలిగించారు.
వర్తకులు తాము చేసిన తప్పిదానికి చాల బాధపడ్డారు

30. కాని బాబా ఎవ్వరిని ద్వేషించలేదు, కోపపడలేదు
సాయినాథునికి శత్రువులు లేరు ఎవరిపట్ల హీన భావన లేదు

31. అహమద్ నగర్ వాసి జవహర్ అల్లీ రహతాలో ఉండి
తర్వాత షిర్డీ చేరాడు
ఆయన శిష్యులలో భాగంగా భగూ సదాఫర్ అని ఆయన
చేరాడు

32. ఒకరోజు సాయిని తన శిష్యుడివి అన్నాడాయన
సాయి సరే అనగానే మురిసిపోయాడాయన

33. జవహర అల్లీ గురువుగా సాయి శిష్యుడుగా రహతాలో
చేరారు
వారిద్దరి రహతా వాసంతో షిర్డీ వాసులు కలత చెందారు

34. సాయిని వెనుకకు తెచ్చుకోవాలని షిర్డీ వాసులు రహతా చేరారు
ఆయన తన గురువు గారికి కోపం ఎక్కువని వాళ్ళను
వెనక్కు వెళ్ళమన్నారు.

35. జవహర్ అల్లీ వచ్చి వాళ్ళ కోరికను అర్థం చేసుకున్నాడు
సరేనని తనను కూడా వాళ్ళతో తీసుకెళ్ళమన్నాడు

36. దేవీదాసు సాయి దేవునికన్నా ముందే షిర్డీ చేరిన జ్ఞాని
అప్పాభిల్‌కు, తాత్యాకు, కాశీనాథ్ షింపేలకు గురవైనారు
అజ్ఞాని

37. షిర్డీలో ఉన్న అజ్ఞాని దేవీదాసు జవహర్‌ను వాదనలో
జయించాడు
అతను అక్కడ నుంచి వైజాపూరుకు వెళ్ళిపోయాడు.

38. కానీ బాబా ఎప్పుడూ అతన్ని తక్కువగా చూడలేదు
మనస్సు చక్కగా పదిలంగా ఉంటే దురభిమానం చెంతకు
రాదు

39. పరమార్థ వెలుగును చూపే మహనీయుడే గురువు
జ్ఞానయోగం వైపు మరల్చి కర్మమార్గం చూపేవాడే గురువు

40. భక్తి యోగంవైపు మరల్చి ధ్యాన మార్గం చూపేవాడు గురువు
సామాజిక గుర్తింపులకు అతీతంగా వెలుగునిచ్చేవాడు గురువు

41. 1897లో బాబా సమ్మతితో రామనవమి రోజున జరిగింది
జాతర పండగ
దీనికి గోపాలగుండు అనే భక్తుడికి తాత్యాకోతే పాటిల్
ఉన్నాడు అండగ

42. రామచంద్ర కోతేపాటిల్ మాధవ్‌రావు దేశపాండే వారిది
ప్రోత్సాహం
అందరి కోరికతో 1911లో జరిగింది శ్రీరామ నవమి ఉత్సవం

43. శ్రీరామనవమి ఉత్సవ భావన కృష్ణ భాగేశ్వర్ భీష్మది
సంకీర్తన భీష్మది కాకా మహజనిది హార్మోనియం పని

44. వాళ్ళిద్దరికీ సాయినాథుడు పూలదండలతో ఆశీస్సులిచ్చాడు
గోపాళకాలాసంకీర్తనతో మూడు రోజుల పండుగ కానిచ్చాడు.

45. ప్రతి సంవత్సరం ఆ సంబరాలు కానసాగాయి
ఆనందంతో భక్త బృందాలు రాసాగాయి

46. మసీదు జీర్ణోద్ధరణకు గోపాలగుండు రాళ్ళను సేకరించాడు
కానీ వాటిని షిరిడీలోని గణపతి, శని, శివాలయాలకు
వినియోగించారు.

47. మసీదు జీర్ణోద్ధరణ పని, రాళ్ళు పరిచేపని
దాదాసాహెబు చంద్రోర్కర్, కాకా సాహెబుల్ వంతైంది

48. 1911 సంవత్సరం తయారైంది సభా మంటపం
ఆ సందర్భంలో బాబాకు కోపం వచ్చేది కాని వెంటనే తగ్గేది
తాపం

49. చాలా మందికి శాపనార్థాలు, తాడనాలు జరిగాయి
ఇటువంటి ఘటనలకు తెలియని కారణాలుంటాయి

50. ఆఖరున తాత్యాకు జరీ అంచున్న తలపాగా తొడిగారు
శాంతమది చేకూరింది గ్రామస్థులు ఆనందించారు.

51. సమాధి, ధౌతి, ఖండయోగం ప్రయోగాలు చేసేవారు సాయి
అందరికీ మంచి చేస్తూ ఋజుమార్గం చూపడమే ఆయనకు
హాయి

52. అతీతంగా, సంయుక్తంగా విభిన్నతను ఏకం చేసేవారు
శ్రీరామ నవమి ఉత్సవం సందల్ ఊరేగింపు చేయించేవారు

53. ధుని పేరుతో నిత్యాగ్ని హెూత్రమున్న చోటు అది
బాలాసాహెబ్‌రేగే, రాజీ సాహెబ్ అవస్యే ఇచ్చిన
రథమున్నచోట అది

54. తులసికోట ఉన్న సభామండపం అది
గోధుమ బస్తాలు, తిరగలి, చేటలు ఉన్న చోటు అది

55. అన్ని విధాల మానవ ప్రగతియే ధ్యేయం
దైవ చింతనతో అక్కడ సాధించేది సామాజిక న్యాయం

56. సన్యాసులు, తాపసికులు, తీర్థ యాత్రికులు
త్యాగులు సర్వులూ బాబా కొరకు వచ్చే ఆత్మీయులు

57. అల్లా, యెహోవా, వాహెగురు, పరమాత్మ
విభిన్న నామాలు అవే మరి దివ్యత్వపు సర్వాత్మ సంకేతాలు

58. రూపము, ఆచారము, మాటతీరు ఆశీర్వాదము
అన్నిటిలో కనిపించేది ఆ ఏకత్వ పరమ పదము

59. ఆయన దగ్గరికి వచ్చిన వారికి కష్టాలు తీరాయి
తృప్తి లభించింది చైతన్య ఏకత్వపు వివరాలు తెలిశాయి

60. సాయినాథుడు తనపై చేసుకొనే ధౌతిలాంటి ప్రక్రియలు
ఇతరులకు చేసే వైద్యోపచారాలు దైవోపచర్యలు

61. ఇతరుల కోసం తను క్లేశభరిత పనులు చేసేవాడు
ఎక్కడో కొలిమిలో పడబొయ్యే పాపను రక్షించడానికి ధునిలో
చెయ్యి పెట్టాడు.

62. ఈ కొలిమి ధుని ఘటన జరిగింది 1910 దీపావళి రోజున
చేయి కాలినందుకు భాగోజీ నెయ్యి రాసి ఆకులు కట్టి
కట్టు కట్టేవాడు ప్రతిరోజు

63. బొంబాయి నుంచి డాక్టరు పరమానందను తీసుకొచ్చారు
చాందోర్కర్‌గారు
ఆయన మందులనేమీ వాడుకోలేదు బాబాగారు

64. భాగోజీ షిండే చేసే మర్దన బాబా జీవితాంతం జరిగింది
ఎప్పుడు ఏమి జరగాలో బాబాయే నిర్ణయించడం జరిగేది.

65. తనకు సేవ జేసే ఏ భక్తుణ్ణి దూరం పెట్టేవారు కాదు
అందరినీ ప్రేమతో కరుణతోనే చూచేవారు, కాని తన కోసం కాదు

66. సాయి బాబాకు భక్తులే బంధువులు మరి
వాళ్ళ యోగక్షేమమే కదా తప్పనిసరి

67. సాయి నాథుడు త్రికాలవేది సర్వ వ్యాపకత ఆయన ఆలోచన
నానా సాహెబు చంద్రోర్కర్ సాయి భక్తుడు భక్తితోనే తన
యోచన

68. పండరీపుర రెవెన్యూ అధికారి పదవి లభించింది నానాకు
కుటుంబ సమేతంగా ముందు ముందు షిర్డీ వెళ్ళాలనిపించింది
నానాకు

69. అన్నీ తెలిసిన బాబా నానా రావడానికి ముందే విఠల్
భజనకు పలికాడు నాంది
మహల్సాపతి, అప్పా షిండే, కాశీరామ షింపే కలిశారు
పదిమంది

70. అనుకోని కలయిక ఘటనలో పులకించారు వచ్చిన నానా అందరు
బాబా ఆశీర్వాదం పొంది బయల్దేరారు ఆ కుటుంబం
అందరు

71. మన దేహం మోక్ష ప్రాప్తికి సాధనవంటి వస్తువు
కామ్య కర్మల నిర్వహణతో పాటు మాయను దాటే తత్వమే
దివ్య వస్తువు

72. విషయవాంఛలను అదుపు చేసుకోవలె గదా!
అజ్ఞానాన్ని పారద్రోలి జ్ఞానాన్ని వెలగనివ్వాలిగదా

73. అన్ని నేనులు నేనన్న ఏకత్వం సాధించాలి
గుణ కర్మాధారమైన విధి నిర్వహణ సాగించాలి.

74. అందరిలోని చైతన్యం ఒకటేనన్న ధ్యాస వీడరాదు
దైవ చింతన ముఖ్యమన్న భావన వీడరాదు.

75. అవగాహన రెక్కలు తొడిగినవారు కిందకి జారరాదు
ఆదర్శం పట్ల వివేక తేజస్సు పట్ల పట్టు వీడరాదు.

76. తెచ్చిన భిక్షను ఉంచిన పాత్రనుంచి సకల జీవులు తీసుకోవడం
ఆయన ఎవ్వరినీ వారించక పోవడంతో వారి స్వీకరణ సాగేది

77. స్నేహభావం, ప్రశాంతత, ఎముకలేని చెయ్యి
బాబా తత్త్వం అందరికీ ఉంటే ఎంత హాయి

78. తాత్యా తల్లి జాయజాబాయి బాబాకు తల్లి లాంటిది
అను నిత్యం ఎక్కడున్నా ఆహారం తెచ్చి తినపెట్టేది.

79. తాత్యా, మహాల్సాపతీ బాబా తోనే ఉంటుండేవాడు
ఆయన దివ్యత్వ శోభను అనుభవించేవారు

80. రాహతా గ్రామంలోని ఖుశాల్ చంద్ బాబాకు భక్తుడు
బాబా ఆ గ్రామానికి వెళ్తే ఆయన సన్మానించేవాడు

81. రాహతా ఒక వైపు, నిమగాం ఒక వైపు మధ్యలో షిర్డీ ఉండేది
ఆ ప్రాంతాలను దాటి వెళ్ళని బాబాకు అన్ని ప్రాంతాల
జ్ఞానం ఉండేది.

82. భక్తులకిచ్చిన అనుమతులను కాదన్న వారికి కష్టాలు
అవునన్న వారికి ఫలించేవి వాళ్ళ ఇష్టాలు

83. బాబా సలహాలు భూత భవిష్యత్తులతో ముడి పడి ఉన్న
వర్తమానానివి
గ్రహించక ఒల్లకపోయిన కావు జరిగనివి

84. కోపర్గాం సంత కోసం బయల్దేరిన తాత్యాకు వలదంటే
వినక కష్టమైంది
కోల్హార్ వెళ్ళవలదన్నా వినకపోతే మళ్ళీ కష్టమైంది

85. ముంబాయికి చెందిన ఒక ఆంగ్లేయుడు వినకుండా
బయల్దేరాడు
దారిలో చాలా కష్టాలు పడి అసుపత్రి పాలై ప్రాయశ్చిత్త పడ్డాడు.

86. పుత్రేషణ, విత్తేషణ, లోకేషణ లేని వారే భిక్షాన్నానికి తగిన వారు
అలాంటి బాబా తెచ్చుకొనే భిక్షలకు ఆయన భక్తులు తగినవారు

87. పంచసూన పాతకాలు పోవడానికి పంచయజ్ఞ ఆచరణ తప్పదు
బ్రహ్మయజ్ఞం, దేవయజ్ఞం, పితృయజ్ఞం, భూతయజ్ఞం,
మనుష్యయజ్ఞ ఆచరణ తప్పదు

88. కందణీ పాతకం దంచేటప్పుడు జరిగే హింసది
చుల్లీ పాతకం పొయ్యి మంటవల్ల జరిగే హింసది

89. వేషణి తిరగలిలో విసిరేటప్పుడు జరిగే హింసది
ఉదకుంభీ నీరు ఏర్పాటు వల్ల జరిగే హింసది

90. మార్జనీ అలికేటప్పుడు జరిగే జీవహింసది
ముఖ్యం ఈ పంచహింసలు తొలగించుకోవలెనన్నది

91. పంచ యజ్ఞాలు అన్యుల తృప్తికి చేసే పూజలు ఆహార
సమర్పణ
అందుకే గృహస్థు జ్ఞానంతో కర్మ కురికి చేసేది అన్న సంతర్పణ

92. త్రికాలజ్ఞత, దేశకాలాతీత భావన దివ్యత్వ శోభలు
ప్రేమ, భక్తి భావము, తప్పని నియమాలు భక్తునికి శోభలు

93. బాంద్రాలో తల్లి, తండ్రి, తనయుడు ముగ్గురుకి బాబా పట్ల భక్తి
కొడుకు బాబాకు నైవేద్యం నిత్యం పెట్టే వ్యక్తి

94. అమ్మతో షిర్డీకి వెళ్ళేటప్పుడు నాన్నను పెట్టమన్నాడు నైవేద్యం
సరేనన్న తండ్రి ఒక రోజు మరిచాడు నైవేద్యం

95. మరచినందుకు బాధ పడ్డాడు ఆ బాబా సాహెబ్ తర్ఖడ్ అనే వ్యక్తి
ఆకలిగొని ఉన్నానని సాయిబాబా అనగానే కొడుకుకు అర్థమైంది నైవేద్యపు అపశృతి

96. బాబా రామచంద్ర అనే ఆ అబ్బాయి చేత పూజ చేయించాడు
ఆ పూజనే ప్రేమతో ఆశీర్వదిస్తూ స్వీకరించాడు

97. ఆ అబ్బాయి తల్లి వచ్చిన కుక్కకూ రొట్టె ముక్క వేసింది
తర్వాత ఆ తల్లి బాబా దగ్గరకు వెళ్ళింది ఆశ్చర్యపడింది

98. ఆ కుక్కకు వేసిన రొట్టెలతో తను చాలా తృప్తి పడ్డానన్నాడు
ఆ కుక్కదీ వెనువెంట వచ్చిన పందిదీ తనదీ ఒకటే ఆత్మ అన్నాడు

99. అన్ని జీవుల్లో తనను చూసేవారంటే తనకిష్టమన్నాడు
భేదబుద్ధి వీడి భక్తి పెట్టుకోవడం అవసరమన్నాడు

100. మనమిస్తామనుకున్నది బాబాకు ముందే తెలుస్తుంది
ఆయన మాట గుర్తుచేసి ఇచ్చిన మాట నిలబెట్టుకునేటట్టు చేస్తుంది.

101. 1915 డిసెంబరులో ఒక భక్తురాలు ఒక వ్యక్తి ద్వారా పాలకోవా పంపింది
అతను షిర్డీలో బాబాను కలిసికూడా ఇవ్వడం మరవడం జరిగింది

102. బాబా అతనికి గుర్తు చేసి ఆ పాలకోవా తెప్పించుకొని స్వీకరించాడు
భక్తుడిచ్చినది ఇవ్వదలచుకున్నది ఏదైనా బాబా స్వీకరిస్తాడు

103. ఒకప్పటిలాగే ఇప్పుడూ మనం పంచ సూన పాతకులమే
అందుకే పరిహరించుకోవడానికి పంచయజ్ఞాలు అవసరమే

104. శాశ్వత దైవమైన గురువును ఉత్తమ పద్ధతిలో సేవించుకోవాలి
ఆ పద్ధతిలో ఆదిభౌతిక, ఆధ్యాత్మిక, ఆదిదైవికాల
అడ్డంకులు దాటుకోవాలి

105. సర్వులను సమదృష్టితో చూచేవారు సాయినాథుడు
వారిపట్ల ప్రేమ చూపేవారు బాబా చక్కటి దారి
చూపించేవారు

106. తన విషయంలో నిష్కాముడు నాథుడు భక్తుల పాలిట
కామ పాలకుడు బాబా
నాథుడు అవసరాన్ని బట్టి అసహనం చూపినా భక్తుల పట్ల
సంతుష్టుడు బాబా

107. ప్రాణ రక్షణ కోసం అవలంబించారు భిక్షావృత్తిని
ఆసన ప్రాణాయామాది సాధనతో నిరోధించారు చిత్త వృత్తిని

108. పరమాత్మయే ప్రభువు అన్న భావనతో అనేవారు
"అల్లామాలిక్"
ఆయన సలహాలు ప్రవచనాలు తప్పకుండా దైవవాక్కు

109. కుల తేడాలు ఎప్పుడూ పాటించకూడదన్నది బాబామాట
మతాలన్నీ ఒకటే తేడాలు వద్దు అనేది సాయినాథుని బాట

110. సామాజికంగా అందరూ న్యాయబద్ధులు కావాలి
శతృభావం వలదని మైత్రిభావం పాటించాలి

111. దేహభ్రాంతిని పోగొట్టుకోవాలి కాని వస్తు స్థితిని గమనించుకోవాలి
అద్వైత భావనతో ఏకత్వాన్ని వృద్ధి చేసుకోవాలి

112. బాబా వల్ల దయ, దానం, సత్యం, శాంతి లాంటి సాత్త్విక దైవ సంపత్తి కలిగేది శిష్యులకు
సంసార సాగరాన్ని దాటగల విజ్ఞత నాథుడు ప్రసాదించే వారు శిష్యులకు

113. భేదభావము కూడదు ఐక్యతాభావము కూడును అన్నది బాబా మాట
కోపతాపాలు కూడవు ప్రేమక్షమ కూడును అన్నది సాయి బాట

114. కర్తృత్వం ఉన్నా దానిపట్ల ఇసుమంత ఆసక్తి లేదు సాయికి
వస్తుస్థితికి అనుగుణమైన కార్యస్థితి అసలుది ముక్త స్థితి సాయికి

115. వర్ణాశ్రమాలకు అతీతం సాయిబాబా ఆలోచన
ఆయన ప్రవచనాలన్నిట్లో ఇలాంటిదే వివేచన

116. సాయి మహత్తును వింటుంటే అదే స్మరణ, కీర్తన, భజన
చక్కటి చిక్కటి భక్తితో కుదుర్తుంది సకల యోగ సాధన

117. ఎప్పుడైనా చెడు సాంగత్యం పెడత్రోవకు మార్గం
ఎల్లప్పుడూ సత్పురుషులు సహవాసం ముక్తికి మార్గం

118. బాబా ధ్యానం చెడును కట్టి మంచిని పెంచు
సాయి మార్గం తప్పక భవ బంధాలను తెంచు

119. యశస్సు, ఐశ్వర్యం, వైరాగ్యం, జ్ఞానం, ఔదార్యం
అన్నిటికీ ప్రతిరూపం సాయి
అపారము, అనంతము, నిరంతరమూ అభిన్నము అయిన
పరబ్రహ్మ స్వరూపమే సాయి

120. నిరాకారులకి నిరాకార గురుదేవుడు మార్గదర్శి
భ్రాంతిని వైదొలగు కోరు భక్తులకు సాయి దేవుడు మార్గదర్శి

121. బాబా పడక పై నుంచి వేలాడే చెక్క బల్ల
ఎక్కడ మెప్పుడో దిగడమెప్పుడో తెలియదు ఎవరివల్ల

122. సగుణరూపమ్మీద ధ్యాస ధృఢమైతే నిర్గుణరూపమ్మీద భక్తి సులభమే
సాయిదేవుని దివ్య మానవుడన్నా దేవుడన్నా దేవదూతన్నా సబబే

123. కొందరు సాయినాథుని అవధూత అన్నా భక్తి ముఖ్యము
ఏమన్నా నిస్వార్థ చింతనతో స్మరించుట ముఖ్యము

124. దివ్యత్వము ఉన్న సాయిబాబా భక్తులను రక్షిస్తాడు
జ్ఞాన ఖనియైన సాయినాథుడు భక్తులకు దారి చూపిస్తాడు

125. భక్తుల కోరిక ప్రకారం సాయి ఆహార ఆహార్యాదులుండేవి
ఒక్కొకసారి మహా నైవేద్యంతో పాటు తాంబూలాదులుండేవి

126. ఒకసారి తాత్యా సాహెబు నూల్కరు మిత్రుడు డాక్టరు పండిత్ వచ్చాడు
బాబాను చూచి సాష్టాంగ ప్రణామం చేసి కూర్చున్నాడు

127. బాబా ఆయన్ను దాదాభట్టు దగ్గరికి పంపాడు
అక్కడికి వెళ్ళి తిరిగి దాదాతో పాటు బాబా దగ్గరికి వెళ్లాడు

128. దాదా బాబాకు పూజ చేశాడు ఎప్పటిలాగే
నుదుటి మీద బొట్టు లేదు ఎప్పటిలాగే

129. ఆ పండిత్ దాదా చేతిలోని చందన గిన్నెను తీసుకున్నాడు
సాయి దేవుని తల పట్టుకొని నుదుటిమీద మూడు రేఖలు
తీర్చాడు

130. అంతకు ముందెవరినీ బొట్టు పెట్టనిచ్చేవారు కారు బాబా
మహల్సా పతి మెడకు పూసేవాడు కొందరు పాదాలకు
పూసేవారు

131. ఈ పండిత్ మాత్రం బాబాను తన గురువుగా భావించాడు
ఆ గౌరవ భావనతో బాబాను స్వాధీనం చేసుకున్నాడు

132. డా॥ పండిత్ ధోపేశ్వరికి చెందిన కాకాపురాణిక్‌ను గుర్తించాడు
గురువుగా
సాయినాథుని చూడగానే ఆయన్ను పరిగణించాడు తన
గురువుగా

133. సాయినాథుడు తను భక్తుల ఆజ్ఞాధారిని అనేవాడు
సాయి బాబా భక్తుల ప్రేమకోసం అలమటిస్తాను అనేవాడు

134. కళ్యాణ్‌కు చెందిన హాజీ సిద్ధిక్ ఫాల్కే శిరిడీ వచ్చాడు
తొమ్మిది నెలలు బాబా దర్శనం లభ్యం కాలేదని వగచాడు

135. మాధవరావ్ దేశ్‌పాండే సాయం కోరాడు ఆహాజీ
మాధవరావు ప్రయత్నించి ఒక రకంగా కుదిర్చాడు రాజీ

136. బాబా హాజీతో అన్న మాటలు మనకు అవసరం
"అహకారం ఉండరాదు గొప్పలు పోవడం అనవసరం"

137. ఒకరోజు విపరీతమైన వర్షము, గాలి, మెరుపులు వచ్చాయి
ప్రజలందరూ భయపడి బాబా ఉన్న చోటికి వచ్చారు

138. సాయినాథుడు బిగ్గరగా అరచి భక్తులకోసం గర్జించాడు
మేఘాల భయంకర గర్జన, కుంభవృష్టి ఆగాయి, మేఘనాథుడు
శాంతించాడు

139. బాబా తమకోసం చేసిన చర్యలతో ప్రజలు ఆనందపడ్డారు
పశువులు, పక్షులు హాయిగా తిరగడం సాగించాయి

140. ఒకరోజు ధుని మంటలు పైకెగసి భయం కలుగజేశాయి
బాబా శాంతించు శాంతించు అనగానే నిజంగానే
శాంతించాయి

141. దుష్టులను మంచి మార్గాన నడపడం సత్పురుషులపని
దీనులను ఆత్మ నిర్భరుల చేయుట సత్పురుషుల పని

142. సాయి బాబా అన్నా, సాయినాథుడన్నా, సాయి దేవుడన్నా
సత్పురుషుడన్నా, అవధథూతన్నా దివ్య మానవుడైన
సాయి మిన్న

143. దారి చూపుటకు నాథుడై, ప్రేమ పంచుటకు బాబా ఐనాడు
అన్ని విధాల చేరి వారికి బలము చేకూర్చే వాడైనాడు

144. అజ్ఞానం వైదొలగాలి జ్ఞానాహంకారం తొలగాలి
నమ్మకముండి తీరాలి మూఢత్వం వైదొలగాలి

145. విధి నిర్వహణలో లోపముండరాదన్నది నిశ్చయము
పని పేరుతో వర్ణ వైవిధ్యం కూడదన్నది నిశ్చయము

146. వర్ణ ప్రజలందరూ ఒకటే వర్ణ సంకరం అన్నది తప్పు
ప్రజలనొకటిగా చూచి అన్ని హక్కులను ఇవ్వడం ఒప్పు

147. అవసరమింకొకచోట ఉంటే బాబా భక్తులను వెనక్కు పంపేవాడు
ప్రయాణ సమస్యలుంటే బాబా వాళ్ళను అక్కడే ఉండనిచ్చేవాడు

148. భక్తుల హితాహితాలు తెలుసు బాబాకు అందుకే మంచి
సలహాలు ఇస్తాడు
బాబా ఆరోజే భార్యను తిరిగి రమ్మన్న నానా సాహెబ్
నిమోస్కర్ మాట కాదన్నాడు
ఆమెను బేలాపూర్‌లో నాలుగు రోజులుండి తిరిగి రమ్మన్నాడు సాయి
బాబా మాటలతో తృప్తి చెంది నానా సాహెబు పొందాడు
ఎంతో హాయి

149. వర్ణాభిమానము, జ్ఞానాభిమానము, ఆచార బద్ధత ఉన్నవాడు
మూళేశాస్త్రి గారు
మశీదు వాకిట్లో నిలబడ్డవానికి బాబాలో తన గురు దర్శనమిచ్చారు

150. తన గురువైన ఘోలప్ స్వామి కాషాయ వస్త్ర ధారుడై కన్పించాడు
బాబాయే సర్వమని తెలిపి మూళేశాస్త్రి బాబాకు ప్రణమిల్లాడు

151. ఉచ్ఛనీచాలు, స్పర్శాస్పర్శలు, తెచ్చుకున్న విలువలేని తాహతులు
అన్నీ కరిగిపోతాయి బాబా సన్నిధిలో అందరూ విలువ
ఉన్న సమతుల్యులు

152. ఒక రెవెన్యూ అధికారితో షిర్డీ వచ్చాడు ఒక వర్ణాభిమున్న
డాక్టరు గారు
మశీదు చేరగానే బాబాకు సాష్టాంగ నమస్కారం చేశాడు
డాక్టరు గారు

153. ఆ డాక్టరు గారికి సాయినాథునిలో శ్రీరాముడు సాక్షాత్కరించాడు
ఆ డాక్టరు తన అహం అనే అజ్ఞానం నశించిందన్నాడు

154. చోఖామేళా, రోహిదాసు, సజ్జన్‌ల జాతి మనకనవసరం
అలాగే మనకు కేవలం బాబా కృపాకటాక్షాలు అవసరం

155. సాయి కృపతోనే మసీదులో అడుగుపెడ్దామనుకున్నాడు
డాక్టరు
నాలుగవరోజు పాత ఖాందేశ్ మిత్రుడితో కలిసి వెళ్ళాడు
ఆ డాక్టరు

156. బాబా అడిగాడు డాక్టరును ఎవరన్నా పిలిచారా అని
అప్పుడర్థమైంది డాక్టరుకు సాయికి అన్నీ తెలుస్తాయని

157. ఆ రోజు అర్ధరాత్రికి ఆ డాక్టరుకు సాయి బాబా కృప కల్గింది
ఎన్నటికీ మరవలేని సాయి బాబా పరమానంద స్థితి లభించింది

158. గురువులపై దృఢ విశ్వాసం ఉండాలన్నది ముఖ్యము
దురభిమానం వల్ల కలిగే అనైక్యత నశించాలన్నది ముఖ్యము

159. నమ్మకం లేని నాస్తికులకు కొత్త దృష్టి ఏర్పడుతుంది గురువుల వల్ల
నమ్మకం ఉన్నవారికి మూఢత్వం వైదొలగి జ్ఞానం
ఏర్పడుతుంది గురువుల వల్ల

160. జడత్వం పోవాలి మూఢత్వం పోవాలి జ్ఞానోదయం కావాలి
అలా జరగాలంటే చక్కటి గురువుల మార్గదర్శకత్వం కావాలి

161. వాక్యాలు సంక్షిప్తం కాని భావగర్భితాలు ఐక్యత నిండినవి
నిరర్థకం కానివి, సౌమ్యమైనవి ఆయన మాటలు అమూల్యమైనవి

162. తృప్తి వలయు, చింతవలదు ఇక మనస్సుకు ప్రశాంతంగదా!
హరిసేవ, భజన పూజ ప్రశాంత స్థితినిచ్చును గదా!

163. ఎంతదూరమైన ఆ దైవ స్మరణ చేరుతుంది సాయినాథునివరకు
భక్తితో విశ్వాసంతో స్మరించుకోవాలి తమ హితము కొరకు

164. జన్మ రాహిత్యాన్నిచ్చే సాయినాథుని చరిత్ర అమృతము
కన్నా మిన్న
కర్మ తంత్రత కాదని స్వతంత్ర భక్తితో సాయిని నమ్ముట
అన్నిటికన్నా మిన్న

165. విధి ఆడించే ఆటలను, గ్రహస్థితి సమస్యలను దాటాలి
కర్మఫలాన్ని అతిక్రమించాలంటే సాయి బాబా వంటి గురు
దేవుని చేరాలి

166. నారాయణ గాంవ్‌కు చెందిన చక్కగాఉన్న భీమాజీ 1909లో
క్షయతో కుంగాడు
నరకయాతనను భరించలేక నానాసాహెబు చంద్రోర్కర్‌కు
లేఖ రాశాడు

167. తల్లిదండ్రులకుండే ప్రేమ శ్రద్ధ ఉన్నాయి సాయిబాబా మదిలో
వెళ్ళి ఆయన పాదాలనాశ్రయించమని రాశాడు తన లేఖలో

168. నానా సాహెబు వెంట రాగా బంధువులతో బయల్దేరాడు
భీమాజీ
షిర్డీ చేరగానే నలుగురి సాయంతో మసీదులోకి వెళ్ళాడు
భీమాజీ

169. బాబా పాదాలపై తన తలపెట్టి రక్షించమన్నాడు భీమాజీ
దీనంగా
అతని వ్యధను చూచి సాయిబాబా మనస్సు కరిగింది
వేగంగా

170. ఆ మసీదుకు వచ్చిన వారికి మనస్తాపం అక్కర్లేదన్నాడు బాబా
భీమా భాయి ఇంట్లో ఉండు ఒకటి రెండు రోజుల్లో
నయమౌతుంది అన్నాడు బాబా

171. ఒక గంట బాబా ఎదుట ఉండడంతో నోటి వెంట రక్తం
పడడం ఆగింది
కేవలం కృపా దృష్టితోనే ఆ రోగం సమూలంగా పెకలించడం
జరిగింది

172. భీమా బాయి ఇల్లు సౌకర్యవంతం కాకపోయినా బాబా మాట
కోసం అక్కడే చేరాడు
గోనె సంచులు పరచుకొని నిద్రలోకి ఉపక్రమించాడు

173. ఆ నిద్రలో వచ్చిన కలలో టీచరు బెత్తంతో కొద్దు కనిపించాడు
ఇంకో కలలో ఇంకొక వ్యక్తి అతని ఛాతిని నొక్కి కుక్కి
రోగం కుదిర్చాడు

174. సాయి కృపతో జరిగిన ఉపకారాన్ని గుర్తించుకొన్నాడు భీమాజీ
ప్రతి గురువారం సాయి సత్యవ్రతాన్ని చెయ్యసాగాడు భీమాజీ

175. పాపాలు నశించకుండా కాస్తో కూస్తో అనుభవించకుండా
వదలదు బాధ
మహాత్ముల దర్శనంతో వైదొలగుతుంది వ్యాధి బాధ

176. బాలాగణపతి దర్జీ చలిజ్వర నివారణ కోరాడు
బాబా లక్ష్మీదేవి గుడి దగ్గర నల్ల పక్కకు పెరుగన్నం ముద్దలు
పెట్టమన్నాడు

177. ఇంటికెళ్తే గిన్నెలో అన్నమూ పక్కన పెరుగూ కన్పించాయి
గుడి దగ్గరకి వెళ్తే నల్లకుక్క కనిపించింది అన్నీ కలిసొచ్చాయి

178. పెరుగన్నం తినిపించి వెళ్ళి ఆ విషయం బాబాకు చెప్పాడు
చలి జ్వరం పోయింది విశ్రాంతి లభించింది బాబా భక్తుడిగా
ధన్యుడైనాడు

179. బాపూ సాహెబు బుట్టీకి విరేచనాలు, వాంతులు హెచ్చరికతో
తగ్గాయి
ఇంకొకసారి అక్రూట్, బాదం, పిస్తాలు, కలిసిన పాలతో
కలరా విరేచనాలు వాంతులు తగ్గాయి.

180. బాబా మాటలపై విశ్వాసం, సాయినాథుని సలహాను
పాటించడం
తప్పక జరుగుతుంది అన్ని సమస్యలకు పరిష్కారం లభించడం

181. ఆళందీకి చెందిన ఓ స్వామీజికి చెవిపోటు ఆశీర్వాదంతోనే
తగ్గింది
కాకా మహాజనికి వేరుశనగ పప్పుతో అజీర్ణం తగ్గింది

182. హర్దా పట్టణపు దత్తోపంతుకు పద్నాలుగు సంవత్సరాలుగా
కడుపు నొప్పి
బాబా తన చెయ్యిని ఆయన తలపై పెట్టాడు తగ్గింది ఆ
కడుపు నొప్పి

183. సాయి బాబా మాటలే ప్రసాదం సాయినాథుని మాటలే మందులు
సాయి దేవుని నమ్మినవానికి ఉండవు ఎలాంటి ఇబ్బందులు

184. సాయినాథుడు దయామయుడు, దీనోద్ధారకుడు
ఆయన మహిమ వర్ణనాతీతం ఆయన భక్తులు అదృష్టవంతులు

185. అనన్యత్వం పోవాలంటే భేద భావం నశించాలి
తమలో ఉండే బ్రహ్మచైతన్యం అందరిలో ఉందని గ్రహించాలి

186. ఉపదేశం, అనుభవం, ప్రేమ, ధైర్యం ఇచ్చేవాడు
తిరిగి ఏమీ కోరని గురువు, అవధూత దైవ స్వరూపం బాబా

187. నాందేడులో ఉండే రతనజీ గొప్ప వ్యాపారి సహృదయుడు అదీ అతని గాథ
పన్నెండు మంది కూతుళ్ళున్నారు, కాని కొడుకు లేడే అన్నది అతని బాధ

188. దాసగణు సలహా మేరకు రతన్‌జీ షిర్డీకి వెళ్ళాడు
బాబా పాదాలకు మొక్కి తన కోరిక తీర్చమన్నాడు

189. మూడు రూపాయల పద్నాలుగు అణాలిచ్చావు
మిగతా దక్షిణ ఈ అన్నాడు సాయినాథుడు
అర్థం కాకపోయినా దక్షిణ ఇచ్చి ఆశీస్సులు పొంది రతన్‌జీ
వెనుదిరిగాడు

190. నాందేడు వెళ్ళి తన అనుభవం తెలిపాడు దాసగణుకు
రతన్‌జీ మౌలీ సాహెబుకిచ్చిన విందు కానుకలు గుర్తొచ్చాయి

191. లెక్క గడితే ఆ మొత్తమే అని తేలింది వాళ్ళకు
బాబాకున్న సర్వజ్ఞత అర్థమైంది భక్తి పెరిగింది రతన్‌జీకి

192. రతన్‌జీ షాపుర్జీవాడియాకు సాయి భక్తి సత్ఫలం ఇచ్చింది
చక్కటి పుత్రుడు కలిగాడు కుటుంబానికి సాయి ఆశీస్సు
వరమయ్యింది

193. దేవతలు, దైత్యులు, మానవులు బ్రహ్మ దేవుని పుత్రులు
సంయమనం కోరతారు దేవతలు, దానం ముఖ్యమంటారు
మానవులు, దయ చూపించాలంటారు దైత్యులు

194. పొందిన ఉపకారాన్ని భక్తులు గుర్తుంచుకోవాలి
తన ఆలోచన తన మాటలు తన పనుల్లో ఆకృతజ్ఞతను
ప్రతిబింబించాలి

195. భక్తుల పట్ల బాబా అభిమానం తల్లిదండ్రుల ప్రేమవంటిది గదా
భక్తులచేసే భజనలకు, కీర్తనలకు అలంకారం కాదు ముఖ్యం
అంతఃకరణ శుద్ధి గదా!

196. ఒకప్పుడు దాసగణుకు బాబా ఆ విషయంలో దారి చూపించాడు
దాసగణు హరికథలతో సాయినాథుడి భక్తులకు ఉత్సాహం
కలిగించాడు

197. దాసగణు కీర్తనలతో చాందోర్కర్ చొరవతో కొంకణిలో
సాయి భక్తి కలిగింది
పూణె నగర్, షోలాపూర్‌లో ముందునుంచే సాయి మహిమ
తెలిశుంది

198. చోళ్కారు సాయిపట్ల శ్రద్ధా భక్తులున్న ఒక నిరుపేద
తనురాయబోయే పరీక్షలో ఉత్తీర్ణుడైతే కలకండ
పంచుతానన్నాడు ఆ పేద

199. కోరిక నెరవేరింది గాని మొక్కు తీర్చుకోడానికి సమయం
రావాలిగా
అప్పటినుండి చక్కెర పదార్ధాలు తినడం మానేయాలిగా

200. షిర్డీ వెళ్ళి, బాబా కాళ్ళకు మొక్కి కలకండ పంచాడు
ఆ భక్తుడికి బాగా చక్కెర వేసిన టీ తాగించు అని బాబా
అన్నాడు

201. అందరికీ ఆశ్చర్యమేమిటంటే బాబాకు టీ అంటే తెలియదు
నీవు చక్కెర మానావని తెలుసన్నాడు బాబా ఆయనకు
తెలియనిదే లేదు

202. ఒకసారి బల్లి చిక్ చిక్‌మని అనడం వల్ల అశుభం కాదు
గదా అన్నాడు ఓ భక్తుడు
సాయిబాబా ఔరంగాబాదునుంచి తన సోదరి వస్తోంది అని
అన్నాడు

203. ఇంతలో ఔరంగాబాదునుంచి ఒక వ్యక్తి వచ్చాడు ఆయన
గుర్రం అక్కడ ఆగింది
ఆ వ్యక్తి విదిలించిన సంచీ నుంచి బల్లి ఒకటి బయటికొచ్చింది

204. వెంటనే చరచరా ప్రాకుతూ శబ్దం చేసిన బల్లి దగ్గరకి చేరింది
అక్క చెల్లెళ్ళిద్దరి ప్రేమ ఒలకపాటు చరమస్థాయికి చేరింది

205. ఔరంగాబాదు, షిర్డీ, గుర్రం, దాణా సంచీ అంతా
తెలుసు బాబుకు
ఆ సర్వజ్ఞత, భక్తులపట్ల మిగతా జీవుల పట్ల ధ్యాస ఉన్నది
ఆయన మనస్సుకు

206. బల్లులైనా, కుక్కలైనా, మనుషులైనా దివ్య చైతన్యమున్న వారమే
మనము అందరిపట్ల ప్రేమ, గౌరవము ఉండవలసిన వారమే

207. సాయి పాదాలను నమ్మిన వారికి అన్ని విధాల జరుగును మేలు
అనాథుడే అభయదాత, కర్త, హర్త మనకు అదే మేలు

208. భక్తులబంధం, బల్లుల బంధం, ప్రాయశ్చిత్త బంధం అన్నీ
ముఖ్యమే
ఏకత్వ భావనతో దివ్యాత్మల నమ్మి కొలవడం ముఖ్యమే

209. యోగి దైవమయ్యాడన్నాడు దాసగణు తన వర్ణనలో
ధైర్యము, క్షమ, శాంతి, దయ, సువిచారము ఉన్నాయి
ఆయనలో

210. అవనిశయ్య, భక్తుల క్షేమాలు లక్ష్యము, చూపు అమృతము
బాబా అయినా, నాథుడైనా, స్వామి అయినా ఆయన లీలలు
అమోఘము

211. భక్తుల అవసరాలను అడగకుండానే తీర్చగలవాడు
అచింత్యదానశీలుడే నిజమైన సద్గురువు అనదగ్గవాడు

212. తన భక్తులకు గత జన్మ బంధమున్న యోగ్యులకు సాయినాథుడు
జ్ఞానవితరణ ఆరోగ్యస్థిరణ కలగచేసే పూజనీయ దివ్యాత్ముడు

213. ఆడంబరం లేని జ్ఞాన సంపద పుచ్చుకోని ఇచ్చుకోవడం
అదృష్టమది సాయి బాబాలో ఉన్న శోభను మనం చూడగలగడం

214. ఒక పిసిని బ్రహ్మాజ్ఞాన వాంఛితుడు షిర్డి దైవ సన్నిధికి చేరాడు
పాదాలకు నమస్కరించి తనకు బ్రహ్మను చూపమన్నాడు

215. ప్రజలు చాలా వరకు లౌకిక సంపత్తి కోరరు
బ్రహ్మజ్ఞత కోరే వ్యక్తి నిరుపమానుడని అంటారు

216. వచ్చిన వాని బుద్ధి తెలిసి పథకం పన్నాడు అతన్ని మార్చాడు
పిల్లవాడితో పలు చోట్లకు పంపాడు ఐదు రూపాయలకోసం

217. ఎవ్వరూ ఎక్కడ లేరని వెనుతిరిగాడు ఆ పిల్లవాడు
ఆ బ్రహ్మార్తి జేబులో రెండు వందల యాభై రూపాయలున్న వాడు

218. తను ఐదు రూపాయలిచ్చినచో తరిగి వచ్చునా అని సంశయము
లోభత్వానికి ప్రతి రూపమైన ఆ వ్యక్తికి లేదు ఇవ్వాలన్న
ఆశయము

219. వెళ్ళాలని త్వరలో బ్రహ్మను చూపమన్నాడు ఆ బ్రహ్మార్థి
కూచున్నచోట చూపడం జరగదని వివరించాడు ఆ బ్రహ్మ నిధి

220. బ్రహ్మ కోసం ఉండవలసిన మానసిక స్థితి తెలిపాడు
పడవలసిన ఆధ్యాత్మిక శ్రమ సాయిబాబా వివరించాడు

221. పంచేంద్రియాలు, పంచప్రాణాలు, బుద్ధి, మనస్సు
అహంకారము సమర్పించుకోవాలి
అన్ని విషయాలలో అనాసక్తి ఏర్పడి, విరక్తి పెంచుకోవాలి

222. ఆత్మ సంయమనమన్నది బ్రహ్మ ప్రాప్తికి శ్రేష్ఠ సాధన
ఆ సంయమనం ఆధ్యాత్మిక శ్రమతో గురుకృపతో జరిగే సాధన

223. బ్రహ్మ గురించి ఏక రూపత అనే మానసిక స్థితి ఏర్పడాలి
మిథ్యాకల్పనను నశింపజేసే జ్ఞాన దీపాన్ని వెలిగించుకోవాలి

224. తనను పరబ్రహ్మలో విలీనం చేసుకొనే స్థితికి చేరుకోవాలి
ఆత్మ తత్త్వ అవగాహనతో మానసిక సంతులనను ఏర్పరుచుకోవాలి

225. ప్రణవ స్వరూపమైన ఓంకారాన్ని సదా ధ్యానం చేసుకోవాలి
ఆ విధంగా భౌతిక బంధనాలనుండి విముక్తి పొందాలి

226. స్వస్వరూపంలో నిమగ్నమయ్యేస్థితినే కొందరు మోక్షం అంటారు
అహంకారం లోభాలు సమసిపోయి వాసనారహిత మనస్సు
ఉంటేనే బ్రహ్మజ్ఞానం నాటుకుంటుందంటారు

227. అయోగ్యకర్మల త్యాగం యోగ్యకర్మల నిర్వహణ చాలా
ముఖ్యము
అప్పుడే మొదలౌతుంది ఆత్మ పరమాత్మల ఐక్యతా భావము

228. మాటలు చాలవు ఏకాగ్రత ఉన్న ఆచరణ చాలా ముఖ్యము
అభ్యాసమే నిజమైన తపోధ్యాన సంపద అన్న మాట ముఖ్యము

229. నీ జీవన రథానికి సారథి బుద్ధి అదుపులో ఉండాలి గుర్రాలు
చేతిలో చక్కగా ఇమడాలి గుర్రాలను అదుపు చేసే కళ్ళేలు

230. వాదవివాదాలు, అనువాదతర్క వాదాలు పనికిరావు ఇక్కడ
అవగతమవ్వాలి అవగాహన ఏర్పడాలి వైరాగ్య వివేకాలు
కావాలి ఇక్కడ

231. వివేక వైరాగ్యాలతో శమదమాదులు ఏర్పడతాయి
బ్రహ్మజ్ఞాన ప్రాప్తికి అంతరేంద్రియ నిగ్రహమైనశమము
బాహ్యేంద్ర నిగ్రహమైన దమము అవసరపడతాయి

232. జేబులో ఉన్న రెండు వదల యాభై రూపాయలున్నాయి
ఊరక చూడక వాటిని బయటికి తీ బ్రహ్మ ఉన్నాడు

233. ఆ వ్యక్తి పైసల కట్ట తీసిలెక్క పెట్తే సరిగ్గా అంతే ఉంది
సంభ్రమాశ్చర్య చకితుడై అతను బాబా పాదాలపై తలఉంచాడు

234. లోభముక్తి కాకుండా బ్రహ్మ కనిపించదు
లోభాదులు వీడితే తప్ప ముక్తి లభించదు

235. దేహాభిమానము విషయ చింతన విఘ్నాలు గురూపదేశానికి
రుచించినంత మాట్లాడాలి, అరిగినంత తినాలి,
సమభావనతో సాగాలి ముందుకు

236. బ్రహ్మస్థితిని పొంది జనావళి శ్రేయస్సుకు తపించేవాడు సాయి
ప్రభువు
తనకు వచ్చే విలువ కన్నా ఇతరులకు తను యిచ్చే సత్ఫలాన్ని
కోరుకునే దైవ ప్రభువు

237. తృప్తి చాలు, చింతవలదు, వాంఛ వలదు, మృగజలాకర్షణ
వలదు
గురుదేవుని మాటలు వినవలె, విధి నిర్వహణ
చేయకుండుట వలదు

238. నేనన్నది మేము కావలె నాదన్నది మనది కావలె
తను, అతను, ఇంకొక అతను కలిసి తాము కావలె

239. చదివేది ఉద్ధరించవలె, వినేది దారి చూపవలె అందరికి
ఆరగించేది శక్తినివ్వవలె చేయునది శ్రేయస్సు కూర్చవలె
అందరికి

240. భక్తి, శ్రద్ధ, నమ్రతతో సాష్టాంగ నమస్కృతి
కోరుకన్న దానిలో సంపూర్ణత, పవిత్రత ఉంటేనే చమత్కృతి

241. సాయినాథుడు జ్ఞాన నిధి, మనిషినిబట్టి దారి చూపేవాడు
తీవ్రబుద్ధికి వేగంగా మందబుద్ధికి కాస్త మందంగా
చూపేవాడు

242. ఆత్మ పరమాత్మల ఏకత్వమే ఆత్మజ్ఞానం బ్రహ్మజ్ఞాన
ఏకత్వానికి కారణం
అలాంటి జ్ఞానమున్న వారికి భయముండదు, శత్రుభావం
ఉండకపోవడానికి అదే కారణం

243. ఆత్మ అంచనాలకు అతీతం నిర్వచనీయం కదా
వెనుకా ముందూ మొదలు తుది లేని నిత్యమైనది కదా

244. ఏకోన్ముఖ చిత్తము పరమ పదవికి ఆవశ్యకము
చిత్తశుద్ధి నిర్మలబుద్ధి ముక్తి సాధనకు పరమ ఆవశ్యకము

245. గురుస్థానమున్న ఆచార్యుడే చక్కని మార్గదర్శి
శ్రేష్టతమమైన బ్రహ్మజ్ఞానమునకు అవగాహన ఆచరణ
ఉండే గురువే మార్గదర్శి

246. తనది పరులది అనే అల్ప భావనకు స్వస్తి పలకాలి
ఈ దృష్టి ఏర్పాడాలంటే సాయి నాథుని కృప కలగాలి

247. బొంబాయి నివాసి సాఠె అనే ఆయనకు మనః క్లేశమయింది
అతనికి ఒక మిత్రుడు షిర్డీ వెళ్ళమని చెప్పడం జరిగింది.

248. షిర్డీ వెళ్ళి సాయిదర్శనంతో మనసు కుదుట పడింది అతనికి
అప్పటినుండి గురు చరిత పారాయణం అలవాటైంది అతనికి

249. సప్తాహం పూర్తి కాబోయే ముందు రాత్రి బాబా కలలో
కన్పించాడు
గురు చరిత్ర గ్రంథాన్ని తీసుకొని బాబా వివరించ సాగాడు

250. ఆ స్వప్న సూచన కోసం సాఠె కాకా దీక్షిత్‌ను
కనుగొనమన్నాడు
బాబా ఆసప్తాహం గ్రంథపఠనం కొనసాగించమన్నాడు

251. సాఠెకి స్వప్నం ద్వారా జరిగిన ఆశీర్వాద ఘటన తనకు
జరగలేదు
ఎప్పటినుంచో చదువుతున్నా గాని హేమండ్‌పంతుకు ఆ
ఆశీస్సు లభించలేదు

252. ఈ తలపును దాని లోని బాధను గమనించాడు సాయి నాథుడు
శ్యామా దగ్గరికి వెళ్ళి పదిహేను రూపాయల దక్షిణ తెమ్మన్నాడు

253. అంతే కాదు అతనితో కొంత సేపు ముచ్చటించమన్నాడు
దక్షిణ తీసుకొని వెంటనే వచ్చెయ్యమన్నాడు గూడ బాబా

254. హేమాడ్‌పంతు వెళ్ళాడు శ్యామా మాధవరావు ఇంటికి
ఆయన స్నానమాడి మడి బట్టలు ధరించి తయారైనాడు పూజకు

255. పూజ చేసుకోని వస్తాను తాంబూలం సేవించి ఉండమన్నాడు
శ్యామా మాట ప్రకారం ఆగి కిటికీ లోని నాథ భాగవతం
తీసుకున్నాడు

256. తెరిచి చదవబోతే తను ఉదయం చదవటం ఆపిన భాగం
వచ్చింది
నియమం ప్రకారం సంపూర్ణంగా చదవాలన్న బాబా తెలిపిన
భావం మనసుకు వచ్చింది

257. విభిన్న గ్రంథాలు చదివించేవాడు సాయినాథుడు తన భక్తులచేత
ఏదైనా శ్రద్ధగా మనసు పెట్టి చదివించేవాడు వాళ్ళ చేత

258. పూజానంతరం వచ్చిన మాధవరావుకు దక్షిణ ప్రస్తావించాడు
దక్షిణగా పదిహేను హేమాడ్‌పంతు నమస్కారాలు ఇచ్చాడు
అది అతని వంతు

259. భక్తులకు ఉపదేశమిస్తారు బాబా వాళ్ళ ప్రేమ భక్తుల పరీక్షించి
బాబా ఆచరణ విలక్షణం భక్తులనుద్ధరిస్తారు వాళ్ళ
చంచలతను తుంచి

260. సంఘమ్నేరులోని ఖాషాబా దేశముఖ్ తల్లి రాధాబాయి వచ్చింది
కొందరితో
షిర్డీ వచ్చి బాబాకు ప్రణమిల్లింది ఆయన్ను గురువును
చేసుకోవాలన్న ఇచ్ఛతో

261. మూడు రోజులు ఉపవశించింది ఉపదేశం మీద శ్రద్ధతో
ఆమెపై కృప చూపమన్నాడు శ్యామా భయంతో ఆమె గురించి

262. బాబా ఆమెను పిలిచి కొన్ని విషయాలు వివరించాడు
తన గురువు తననుండి నిష్ట అంటే శ్రద్ధ సబూరి అంటే
సహనం కోర్తాడు

263. ఒకర్నొకరు అనన్యంగా భావించుకోవాలి ఏకత్వం
సాధించుకోవాలి
గురువును కర్తగా హర్తగా గుర్తించి విశ్వసించుకోవాలి

264. బాబా మాటలతో ఆ వృద్ధ మాత తృప్తి పడింది
సత్యాగ్రహాన్ని ఉపసంహరించుకుంది ఆ కథతో
హేమాడుపంత్‌కు తృప్తి కలిగింది

265. తర్వాత ఇద్దరూ హారతి కోసం మసీదుకు వెళ్ళారు
బాబా చెంత కూర్చొని ఆనందం పొందారు

266. బాబా చెప్పిన మరి కొన్ని మాటలు విని వాళ్ళు
ఆనందపడ్డారు
బాబా సాహెబు జోగి బాబా దోసిలిలో కలకండ సమర్పించాడు

267. సాయినాథుడు ఆ కలకండనంతా హేమాడ్ పంత్ చేతిలో
పోశాడు
విన్న కథను మననం చేసుకొని చింతన చేసుకోమన్నాడు

268. అలా చేస్తే మన స్థితి ఆ కలకండలా ఉంటుందన్నాడు
ఈశ్వరుడు, ఆత్మ, గురువులలో బేధము లేదన్నాడు

269. జ్ఞానానికి పరాకాష్ట అన్ని ప్రాణులకున్న ఆత్మ ఒక్కటే అనునది
గురువు ఇచ్చే దివ్యనేత్రాలతోనే లభిస్తుంది ఆ జ్ఞాన నిధి

270. గత జన్మ ఋణానుబంధం లేకుండా ఎవ్వరూ మన దరికి రారు అని తెలియాలి
వచ్చిన సర్వ ప్రాణులను ఉచిత రీతిన ఆదరించాలి

271. అంతే గాని ఏ విధంగానైనా చీదరించుకోకూడదు
నీరిచ్చి దప్పిక తీర్చాలి, ఆహారంతో ఆకలి తీర్చాలి లేదనకూడదు

272. దుస్తులు లేని వారికి బట్టలివ్వాలి, తలదాచుకోవడానికి నీడనివ్వాలి
కూచోడానికి చోటివ్వాలి అవసరమనిపిస్తే డబ్బులివ్వాలి

273. అనిపించకపోతే డబ్బివ్వద్దు కాని కుక్కలా మొరగరాదు
ఇతరులు నానా మాటలన్నా తిరిగి కటువుగా మాట్లాడరాదు

274. అనవసరంగా చలించకు, ప్రపంచాన్ని అనుకూలతతో పరిశీలించు
దేవుని చేతలు అమూల్యము, అనూహ్యము, అలౌకికమన్నది గ్రహించు

275. మన కర్మ, మన జ్ఞానం, అభ్యాసం, ప్రయత్న ఫలమే
కార్యసాధన తత్పరత ముఖ్యము, ఫలితమనేది దైవాధీనమే

276. ఔరంగాబాద్‌కర్ తను పాడిన పాటతో రామనామ విలువ తెలిపాడు
లోపల వెలుపల అన్ని చోట్ల రాముణ్ణి అనుకుంటే ఆ రాముడు కనిపిస్తాడు

277. రామ నామంతో అనన్య భజన జరుగుతుంది బ్రహ్మ ప్రాప్తి కలుగుతుంది
విఘ్ననాశకము ఆ నామము ఆ నామం వల్ల రక్షణ కలుగుతుంది

278. పరనింద చెయ్యటమంటే వాళ్ళ మాలిన్యాన్ని మన నాలుకతో తుడవడమే
అట్టి నిందలతో పరులను సావధానులను చెయ్యడమే

279. ఒక పరనిందాసక్తునికి బాబా చూపించాడు ఒక మలాసక్త పందిని
అన్నాడు అలాంటి పరనిందకులకు షిరిడి ఎందుకని

280. అతనికి బాబా మాటలు బాగా మనసులో స్థిరపడ్డాయి
బాబా తన వారికి చేసే ఉపదేశాలు అలా ముద్రపడాయి

281. బాబా తను అన్ని చోట్ల అంతర్లీనంగా నిండుగా ఉన్నానన్నాడు
ఏకనిష్టలో భజించే భక్తులతో అన్యత్వ భావం ఉండదన్నాడు

282. సదాచారులై, శాంతులై, మనోవికార రహితులైన వారు ధన్యులు
పరులను నొప్పించక సమర్థతతో బాబాను స్మరించిన వారు
ధన్యులు

283. భక్తులకు వారి పద్ధతులను బట్టి స్వభావాన్ని బట్టి సూచనలిచ్చే
వాడు సాయినాథుడు
ఎదురుగా కొందరికి కొందరి కలల్లో మార్గదర్శకమిచ్చేవాడు
సాయినాథుడు

284. బాబాకు ఒకరి ఇంటిమీదికెక్కి పక్క ఇళ్ళుచూచి దిగడానికి
నిచ్చెనను వేశాడు ఒకతను
అతనికి బాబా రెండు రూపాయలిచ్చి ఎవరి కష్టాన్ని
ఉచితంగా తీసుకోరాదన్నాడు.

285. అక్కడ ఒక ఇంట్లో రాధాకృష్ణ బాయికి అనారోగ్యంగా ఉండె
బాబా తన సామీప్యతతో ఆమెకు సాయము చేసెనేమో

286. భక్తులకోసం ఆకార సహితులైనవారు సాయిదేవుడు
మధ్యాహ్న హారతి తర్వాత భక్తులకు విభూతిని ప్రసాదించేవాడు

287. దోసిట విభూతి పోసి నుదిట విభూతి బొట్టు పెట్టేవాడు
ప్రతి భక్తుడిని ఇంటికి వెళ్ళి రుచిగా భోజనం తినమనేవాడు

288. భక్త హరిదాసు దాసగణు ఈశావాస్య భావార్థ బోధిని
రాయడం మొదలుపెట్టాడు
అతనికి వచ్చిన ఒక సందేహం తీర్చుకోవడం కోసం బాబా
దగ్గరకి వచ్చాడు

289. ఆ సందేహ నివృత్తికి దాసగణుని కాకా యింటికి పంపాడు
వాళ్ళ యింటి పనిమనిషి ఆ సందేహం తీరుస్తుందని చెప్పాడు

290. అంతరార్థం తెలియడానికి గురుకృప తప్పదు గదా
ఇక్కడ ఆ పని కాకా సెహబు దీక్షిత్ పనిమనిషి వల్ల
జరగాలి కదా

291. బాబా మాటలు ఒక రకంగా లలాట లిఖిత చిహ్నాలు
సమయానికి అవగతమై అవగాహన ఇవ్వగల చిహ్నాలు

292. పార్లే గ్రామం వెళ్ళి గాఢనిద్రలో ఉన్న దాసగణుకు
వినిపించింది పాట
ఆ గీత మాధుర్యం దాసగణుని నిద్ర లేపిందన్నమాట

293. గిన్నెలు తోమే ఒక అమ్మాయి అంత చక్కటి పాట
వినిపించింది
దాసగణు ఎవరని అడిగితే ఆమె పనివాడైన నామ్ దేవ్
చెల్లెలని తెలిసింది

294. ఆకాశంలో దాసగణుకు ఉన్న ఉపనిషత్తు శంక తీరింది
మనము ఎక్కడున్నా బాబా దయతో ఏ బాధైనా, శంకైనా
తీరుతుంది.

295. ఆ అమ్మాయి కట్టినది చిరిగి పరికిణీ వర్ణించింది జరీచీర
అందాన్ని
స్వంత పరిస్థితి నిమ్నమైనా వర్ణనలో లీనమై పొగిడింది
చీర అందాన్ని

296. దాసగణు కోరిక మేరకు మోరేశ్వర ప్రధాను వల్ల ఆ అమ్మాయికి
ఒక చీర లభించింది
మరునాడు ఆ చీరతో మిగతా పిల్లలతో ఉప్పల గుప్ప ఆట ఆడింది

297. పక్కరోజు ఆ చీరను దాచి పెట్టి ఎప్పటిలాగే చిరిగిన బట్టలతో
వచ్చింది
కాని ఆమెలో నిమ్నత్వం లేదు తన బట్టల్లో అల్పత్వం
విడిపడింది

298. సుఖదుఃఖాలు భావనంలో ఉంటాయి గాని, ప్రదర్శిత
వస్తువుల్లో గాదు
ఇచ్చే వానిలో, తీసుకొనే వానిలో వస్తువులో ఉన్నది ఏకమే
భిన్నము కాదు

299. అన్ని వేళల, అన్ని ప్రదేశముల బాబా భక్తులకు దర్శనమిచ్చేవారు
వాళ్ళ సంశయాలు తీర్చేవారు కోరికలు తీర్చే వారు

300. ఎక్కడ షిర్డీ, ఎక్కడ పార్లే, ఎక్కడ ఆ పాప పాట
ఎక్కడిది ఆ చిరిగిన పరికిణి ఎక్కడ నారింజ పాట

301. దాసగణ అనుమానం తీరడమే కాదు ముఖ్యము
దైవ చైతన్యము ఎల్లవేళల, ఎల్ల ప్రదేశముల ఉన్నదన్నది ముఖ్యము

302. అనిత్య భావన, అనాసక్తత, నిరాసక్తత, విరక్తి
అన్ని చక్కగా కుదిరితే మనకు వచ్చేది ముక్తి

303. జ్ఞానమనునది సేకరణకు ప్రతిఫలం
ధ్యానమనునది అంతఃకరణకు మార్గం

304. సాయిదేవుడు ఏకదేశి కాదు అన్ని చోట్ల ఉన్నవాడు
పరులను విమర్శించుట సాయినాథుడు ఒల్లడు

305. పరనిందవలదు పరులను పరిహసించుట వలదు
ఎదురుగా చక్కని మాట క్లుప్తముగా ఇచ్చుటలో మంచి కలదు

306. దాసగణు పొందిన భావనిధి అమోఘము
పేరుకు పనిపిల్ల లేమికి అలవడ్డా ఖిన్నురాలు కాదు కదా

307. ఇతరులకున్న దానిపట్ల ఆ అమ్మాయికి ఈర్ష్యలేదు కదా
లేని దానికి వగవలేదు వచ్చిన చీర గురించి గొప్పలు
చిందలేదు కదా

308. తిరిగి తన స్థితిలో ఆనందం కలిగింది ఆ అమ్మాయికి
ఉన్నదానితో తృప్తి ఉంది లేని దాని గురించి వ్యధ లేదు ఆ
అమ్మాయికి

309. దాసగణు అనుభవం మనకందరికి మార్గదర్శకత్వం
మాటల్లో కాకుండా అనుభవంతో తెలుసుకోవడం వివేకత్వం

310. సర్వం ఈశ్వరమయమనేది మరవరాదు కదా
రాగ ద్వేషరహితమై మనస్సును స్వాధీన పరచుకోవాలి కదా
అట్టి మనస్సు అన్ని విషయములు అనుభవిస్తూ నిర్మలత్వము
పొందును
అనుభవాలు కర్తవ్య కర్మల నిర్వహణలతో మనసు ముక్తిని
పొందును

311. అవసరమైన కర్మ తప్పదు అకర్మ కూడదు
నమ్రత ఎంతో ముఖ్యము అహం కూడదు

312. తెలియవచ్చిన జ్ఞానం ఇతరులకు మంచి చేయాలి
ఉత్తమమైన మానవ జన్మతో ముక్తి కోరాలి

313. ఈశ్వరుడి కృపాదృష్టి ఉంటేనే సత్పురుషుల సాన్నిధ్యం సులభం
వినాయక ఠాకూర్ అనే అధికారికి ఆ కృపతోనే అప్పా
మహారాజు దర్శనం దొరికింది

314. ఆ సత్పురుషుడు తనదగ్గరున్న నిశ్చలదాసు గారి ప్రచార
సాగర గ్రంథం చదువుతున్నారు.
లేచిపోతూ అతను ఉద్యోగార్థం ఉత్తరదిశవైపు వెళ్తావన్నాడు

315. అక్కడ ఒక మహా పురుషుడి దర్శనం లభిస్తుంది.
ఆయన ద్వారా నీకు ముందు మార్గం దొరుకుతుంది
శాంతి లభిస్తుంది

316. ఆ మాట ప్రకారమే వినాయక ఠాకురుకు పూణేలోని జున్నర్‌కి
బదిలీ అయింది
దున్నపోతు వాహనంగా అక్కడికి ప్రయాణం నడిచింది

317. మళ్ళీ థాణే జిల్లాలోని కల్యాణ్‌కు బదిలీ అయింది ఠాకూర్‌కు
నానా సాహెబ్ చంద్రోర్కర్ ద్వారా సాయినాథుని విషయం
తెలిసింది ఆయనకు

318. థాణేలో ఏదోకేసు విచారణ వల్ల నానా సాహెబుతో వెళ్ళడం
కుదరలేదు
కాని వినాయకరావు వెళ్ళిన కేసు వాయిదా పడింది

319. ఠాకూర్ రైలెక్కి పక్కరోజుకు షిర్డీ వెళ్ళాడు
మరో మిత్రుడి సాయంతో బాబా దర్శనం చేసుకొని తృప్తి
పడ్డాడు

320. సాయి బాబా గతాన్ని దున్నపోతు ప్రయాణాన్ని గుర్తు చేశాడు
ఇక్కడ దేహాన్ని అరగతీయాలి తప్పదు మరి అన్నాడు.

321. సాయినాథుని కృపాదృష్టి కోరాడు వినాయకఠాకూరు
బాబా అన్నాడు వినడం, మననం చేయడం, పారాయణలతో
చింతన చేకూరు

322. ఇక్కడ అనంతరావ్ పాటణీ కథకు చోటుంది
శాస్త్ర పఠనం జరిగినా అతనికి మనసులో చంచలత్వం ఉంది

323. సాయి సమర్థుల దర్శనం కాగానే ఉబలాటం తగ్గి తృప్తి
కలిగింది
పాదాభివందనం చేసి పూజ చేసుకున్న తర్వాత తెలుసు
కోవాలన్న కోరిక కలిగింది

324. సాయిబాబా సహజంగా సన్మార్గంలో పెడతారని
విన్నానన్నాడు
మీ చెంతకొచ్చాను మనసుకు స్థైర్యం కలిగించండి అన్నాడు

325. అతనికోసం బాబా ఒక చక్కని కథ వినిపించారు
ఇక వ్యాపారి గుర్రం గురించి కథ వినిపించారు.

326. ఆ వ్యాపారి ఎదుట ఒక గుర్రం తొమ్మిది లద్దెలు వేయటం
చూచాడు
పనిలో తత్పరుడైన వ్యాపారి ఆ లద్దెలను తన ఉత్తరీయంలో
మూట కట్టుకున్నాడు.

327. దాంతో అతని మనసుకు ఏకాగ్రత లభించింది అన్నది ఆ కథ
అనంతరావుకు ఆ కథ అంతరార్థం తెలియలేదు కద

328. మసీదులో దాదాకేళ్కరుకు వివరంగానే చెప్పి దాని భావం
ఏమిటన్నాడు
తెలిసిన మటుకు చెప్పగలనని కేళ్కరు చెప్పసాగాడు

329. ఈశ్వరుని కృపే ఆ గుర్రం తొమ్మిది లద్దెలు నవ విధ భక్తులు
నిజమైన భక్తి లేని జీవనంలో పరమేశ్వరుడుని పొందలేరు
భక్తులు

330. శ్రవణమూ, కీర్తనమూ, నామ స్మరణము, చరణ
సేవనమూ ఉండాలి
ఉపచారమూ, పూజ, వందనం, సఖ్యం, దాస్యం చేస్తుండాలి

331. ప్రేమతో పొంగిపొర్లే భక్తి ఉండడం చాలా అవశ్యకం
తొమ్మిది విధాలుగా ఉన్న భక్తిభావం చాలా అవశ్యకం

332. మర్నాడు బాబాను కలిశాడు అనంతరావు
లద్దెలు మూట కట్టుకున్నావా అంటే తమ కృప అన్నాడారావు

333. బాబా ఆశీస్సులతో అతనికి ఆనందం కలిగింది.
ప్రతి కథలో ఉన్న సద్భావన వల్ల శుభం కలుగుతుంది.

334. పరనింద పరిహాసాలు కూడదని చెప్పే ఇంకొక కథ
షిర్డీ వచ్చిన ఒక వకీలు గురించి జరిగినదీ కథ

335. వచ్చిన వకీలు చరణ స్పర్శ తర్వాత దక్షిణ ఇచ్చుకున్నాడు
ఒక ప్రక్కన కూర్చున్నాడు బాబా మాటలు వింటున్నాడు

336. బాబా కాళ్ళు తాకి, దక్షిణ యిచ్చి, శాపనార్థాలు పెట్టడం
మోసం అన్నాడు
దీక్షిత్‌తో ఆ మాటలు బాగా గుచ్చుకుని అన్నాడు

337. వాళ్ళ వారు మునసుబు అనారోగ్యానికి మందులు వలదని
బాబా దయతో తన ఆరోగ్యం కుదుట పడుననుకొనె.

338. అక్కడి వకీళ్ళు ఆ పరిస్థితిని పరిహసించడం జరిగింది
ఆ పరిహాస వ్యంగ్య భాషలతో ఆ వకీలు భాగం
పంచుకోవడం జరిగింది

339. ఆ విషయాన్నే బాగా తెలియచెప్పడం తన పట్ల ఆగ్రహంకాదు
ఆ వకీలు అది తనపట్ల అనుగ్రహమే అనుకున్నాడు

340. ఎక్కడో ఉన్న బాబాకు అన్ని విషయాలు తెలుస్తాయి
మనుషుల భావనలు అంతర్యాలు అన్నీ తెలుస్తాయి

341. బాబా దుష్ట వాసనల సంహారకులలో శ్రేష్ఠుడు
కాలి బొటనవ్రేలుతో ప్రయాగ తీర్థం సృష్టించగల శ్రేష్ఠుడు

342. ఆ తీర్థంలో స్నానం చేసే భాగ్యం కలిగింది దాసగణుకు
బాబా సర్వులతో ఉన్న చైతన్యము చూచును మేలు
చేకూర్చుటకు

343. అహమ్మద్ నగర్ వాసి కాకా సాహెబు మిరికర్ పుత్రుడు
బాళా సాహెబు
చితలీ సర్వే సందర్భంగా షిరిడీలో బాబా దర్శనం చేసుకున్నాడు

344. అప్పుడు ఉన్న సాయినాథుని మాటలు బహువిధా గమనార్హము
ఈ ద్వారకామయి పిల్లలకు భక్తులకు ధైర్యాన్నిస్తుందన్నది
గమనార్హము

345. ఆ భక్తులు ఈ తల్లి ఒడిలోని పిల్లలే కదా
ఇలాంటి క్షేత్రమే ద్వారక, ద్వారావతి కదా

346. బాబా అన్నారు ద్వారకామయి పిల్లలకు పాముల బెడదలేదు
రక్షించేవారి శక్తి ముందు చంపే వారికి అసలే శక్తి లేదు

347. మిరీకర్ చితలీవెళ్ళడానికి ఉద్యుక్తుడైనాడు
బాబా శ్యామాతో మిరీకర్‌తో చితలీ వెళ్ళి రమ్మన్నాడు

348. ముందు ఎందుకులే వద్దన్నాడు మిరీకర్
మళ్ళీ మనసు మార్చుకొని శ్యామాను రమ్మన్నాడు మిరీకర్

349. ఈ మశీదు తల్లి బిడ్డలను రక్షిస్తుంది అన్నాడు
మిరీకర్ శ్యామా బయల్దేరారు విశ్వాసం ఉండాలన్నాడు బాబా

350. చితిళీలో శ్యామా మిరీకర్ మారుతీ ఆలయంలో బస చేశారు
రాత్రి మిరీకర్ నడుమ్మీది ఉత్తరీయం మీద పామును చూశారు

351. అటెండర్ ఆ పాము కదలిక గుర్తుపట్టాడు దాన్ని
అది కిందకి దిగి పాకింది అందరూ కొట్టారు దాన్ని

352. బాబా వద్దన్నా తనకు శ్యామాను సాయంగా పంపాడు
అన్ని తెలిసినవాడు సాయినాథుడు భక్తులను రక్షించేవాడు

353. నానా డేంగ్లే అనే జ్యోతిష్కుడు బాపూ సాహెబు బట్టీని కలిశాడు
ఆ రోజు అతనికి చెడ్డ రోజని ప్రాణాలకు ముప్పుందన్నాడు.

354. పాకీ దొడ్డిలో బాపూ సాహెబుకు పాము ఎదురైంది
కాని అది గోడమీద పాముతో కిందపడి వెళ్ళి పోయింది
ఒక రకంగా బాపూకు, పాముకు ప్రమాదం తప్పింది
బాబా చలవగా భావించాడు ఆయన పట్ల వాళ్ళ భక్తి గట్టిపడింది

355. కోపర్గాం తాలూకాలోని కొరాళే అనే గ్రామానికి చెందిన
అమీర్‌శక్కర్ సాయి భక్తుడు
కసాయి వాడైనా వృత్తి వ్యాపారం ప్రవృత్తిలో భక్తుడు

356. అతను బాబాను కలిసి తన కీళ్ళవాతం నుంచి విముక్తిని
కోరుకున్నాడు
బాబా అతనితో చావడికి వెళ్ళి హాయిగా కూచో అన్నాడు.

357. అన్ని విధాల అసౌకర్యంగా ఉన్న ఆ చావడిలో తొమ్మిది
నెలలున్నాడు
ఆ అమీరు శక్కర్ బాబా పట్ల భక్తి నమ్మకాలతో ఉన్నాడు

358. అక్కడ పక్కనే వచ్చి దర్శనమిచ్చే వారు బాబా
భిక్షకు వెళ్ళేటప్పుడూ దర్శనమిచ్చే వారు బాబా

359. అమీరుకు చావడి ఇబ్బందులకన్నా బాబాదర్శనం గొప్ప
అయినా ఎందుకో విసుగొచ్చి బాబాకు చెప్పకుండా కోపర్గాం
వెళ్ళాడు!

360. అక్కడ ధర్మశాలలో కూచుంటే చమత్కారం జరిగింది.
ఒక ఫకీరుకు దాహం తీర్చాలని నీళ్ళు తాగించడం జరిగింది.

361. వెను వెంటనే ఆ ఫకీరు మరణించాడు
తనమీదికి ఆ బాధ్యత వస్తుందని అక్కడ నుండి బయల్దేరాడు

362. బాబా బాబా అనుకొంటూ క్షమించమని కోరుకుంటూ నడిచాడు
నమ్మకం నింపుకొని షిర్డీలో ఉన్న చావిడి వరకు నడిచాడు.

363. బాబా తన దగ్గర భూతం నిల్చుందని అర్ధరాత్రి అరిచాడు
అమీరు తన తల దగ్గర కదలికతో పాముము గమనించాడు

364. ఆ విధంగా పాము బెడద తప్పింది అమీరుకు
బాబా అలా తప్పిస్తుంటారు సమస్యలు భక్తులకు

365. కాకా సాహెబు గ్రంథ పఠనం ప్రతిరోజు తప్పకుండా చేసేవాడు
నాథ భాగవతం, భావార్థ రామాయణ గ్రంథాలను పఠించేవాడు

366. ఆ గ్రంథాలు ఆత్మ జ్ఞానం, వైరాగ్యం, నీతి జ్యోతులను
వెదజల్లుతాయి
వక్తలకు, శ్రోతలకు ఎన్నో భావ గర్భిత విషయాలు తెలుపుతాయి

367. భక్తులమధ్య తేళ్ళు, పాములు మొదలైన వాటి గురించి జరిగింది చర్చ
వాటిని వధించడం ధర్మమా వదలిపెట్టడం ధర్మమా అన్నది చర్చ

368. బాబా గారి మాటల్లో అవి అన్నీ ఈశ్వర రూపాలే
వాటిపట్ల వీలైనంత వరకు ఉండవలసింది దయ ప్రేమలే

369. కర్తృత్వ భావంతో కష్టాల భారాన్ని ఎదుర్కొంటాడు జీవుడు
తత్వజ్ఞాన ఆనందాల పరమాత్మ రూపాన్ని విస్మరిస్తాడు

370. మందబుద్ధులను ఉద్ధరిస్తారు, ఇతరులకు ఉపకారం
చేస్తారు మహాత్ములు
తన చమత్కారాలతోను మహిమలతోను అలా చేసేవాడు
సాయి మహాత్ముడు

371. నానా సాహెబు చాందోర్కర్‌తో ఒక యోగాభ్యాస వ్యక్తి
వచ్చాడు
యోగ శాస్త్ర పారంగతుడైనా సమాధిస్థితి అతనికి
లభించలేదంటాడు

372. బాబా కృప కలిగితే తనకు సమాధి స్థితి కలుగుతుందంటాడు
అతను బాబా పాతరొట్టెను ఎండు ఉల్లిని తినడం గమనించాడు
అలాంటి వ్యక్తి తన శంకనెలా తీరుస్తాడు అనుకున్నాడు తనలో
బాబా ఉల్లిని జీర్ణించుకునే వాడే తినాలి అని అన్నాడు అతనితో

373. సరళమూ శుద్ధమూ అయిన మనసుతో బాబాను
శరణుజొచ్చాడు
తన సంశయాలకు నివృత్తి సొంది విభూతిని, ఆశీస్సులను
పొంది వెను తిరిగాడు

374. మురికి గుంటలో పందికి, పంజరంలో చిలుకకు, బావిలోని
కప్పకు అక్కడే తృప్తి
విషయాసక్తుడైన మానవుడికి ఈశ్వరుని కృప లభించేవరకు
సంసారంలోనే తృప్తి

375. మాధవరావు చిటికెనవేలు మీద పాము కాటు వేసింది.
అతని మనస్సు మసీదు వైపుకు పరిగెత్తడం జరిగింది

376. బాబా లోపలికి రావద్దని పో, వెళ్ళిపో అని అరిచాడు
మాధవరావు కాస్సేపటికి ధైర్యం చేసి పైకి వెళ్ళి కూర్చున్నాడు

377. దిగులు పడవద్దని ఇంటికెళ్ళి శాంతంగా ఉండమన్నాడు
తాత్యాపాటిల్‌తో అతను నిద్రపోవద్దని చెప్పమన్నాడు

378. అప్పుడర్థమైంది బాబా పైకి ఎక్కవద్దన్నది పైకి ఎక్కే పాము విషాన్ని
పో, వెళ్ళిపో, కిందికి దిగు అనింది ఆ పాము విషాన్నే

379. షిరిడీలో కలరా రావడంతో నియమాలేర్పడ్డాయి
వేరే ఊళ్ళతో బంధాలు ఆపేసినందువల్ల అవరోధాలు ఏర్పడ్డాయి.

380. బయటి ఊరినుంచి మనుషులు గాని బండ్లుగాని రాకూడదు.
షిర్డీ నుంచి బయటికి మనుషులు గాని బండ్లుగాని పోకూడదు

381. అగ్నిహోత్రమైన ధుని మాత్రం ఎల్లవేళలా వెలగాలి గదా
అందుకోసం అవసరమైన కట్టెలు తప్పకుండా ఉండాలి గదా

382. బాబా బయటినుంచి వచ్చిన కట్టెల బండిని కాదనకుండా కట్టెలు దింపించాడు.
ఆయన సభామండపం దగ్గర ఆ కట్టెలను పోగుచేశాడు

383. అవసరమున్న వాళ్ళను ఆనందంగా తీసుకొని పోనిచ్చేవాడు
బాబా దృష్టి పరుల క్షేమము ఎవరినైనా తీసుకోనిచ్చేవాడు

384. అతిథిని సత్కరించడం యోగ్యమన్న భావనతో ఇచ్చాడు
బడే బాబాకు విలువ
వచ్చిన బలహీనమైన మేకను బడే బాబాతో ఇవ్వమన్నాడు బలి

385. అవసరంగా దీన్ని ఎలాకోసెయ్యాలి అని ఆపేశాడు బడే బాబా
పక్కనున్న మాధవరావుతో కత్తి తెమ్మన్నాడు సాయిబాబా

386. అతను తెచ్చిన కత్తిని వెనక్కి తెప్పించుకుంది రాధాకృష్ణ బాయి
వేరే కత్తి కోసం వెళ్ళి వాడాలో ఉండిపోయాడు మాధవరావు

387. దగ్గర్లో ఉన్న కాకా సాహెబు దీక్షిత్‌ను బాబా కత్తి దెమ్మన్నాడు
గురువు ఆజ్ఞ శ్రేష్ఠమనిపించి కత్తి తెచ్చి బలికి సిద్ధమయ్యాడు

388. చంపడానికి సిద్ధమైన దీక్షిత్‌ను వద్దని బాబా వారించాడు
కానీ వేరు చోటికి తరలించేటప్పుడు ఆ మేక మరణించింది

389. గురుభక్తి అన్ని విధాలా వెలుగు చెందింది దీక్షిత్‌లో
భయము లేకుండా ముందుకొచ్చాడు ఇచ్చిన ఆజ్ఞను
నెరవేర్చడం కోసం

390. శిష్యుడి లక్షణం గురువు మాట పాటించడం అదే అతని
భూషణం
గురువు పట్ల ఉన్న శ్రద్ధను బట్టి వారి కోరికలు తీరుస్తాడు
ఈశ్వరుడు

391. సాయి భజన స్వార్థ పరమార్థాల ప్రాప్తించగలదు
ఆత్మ స్వరూపం పట్ల శ్రద్ధ జీవుడికి తృప్తి కలిగించగలదు.

392. దేవతలను కాదని అతిథులను కాదని అరగించుట తగదు
బాబా ఇటువంటి విషయాలను మనిషిని బట్టి విభిన్న
పద్ధతుల్లో చెప్పుటకలదు.

393. ఇంద్రియాసక్తి కలిగినప్పుడు బాబాను స్మరించాలి
అప్పుడు ఆసక్తి తక్కువై పోతుందని గ్రహించాలి.

394. కోపతాపాలను గురువుకేసి స్మరించడం మంచిది
అప్పుడు అన్ని విధాల మనస్సు కుదుట పడి ఆత్మస్థైర్యం
కుదురుతుంది.

395. దేహబుద్ధి బంధనం తొలగాని శుద్ధ జ్ఞానం పెరగాలి
మోక్షం కన్న విలువైన భక్తి యోగం లభించాలి

396. గురు సేవలో నిమగ్నమైన వారి కార్యాచరణను విస్మరించరాదు
చేసే పని మనసును ఒట్టి గురుదేవుని మనస్థితిని కదపరాదు

397. బాధకు లేదు చోటు ఉండేది ఆనందానికి మాత్రమే
చింత కూడదు వినోదం, అభినయం, పదజాలం యోగ్యతా భరితమే

398. సాయినాథుడు మూర్తీభవించిన కారుణ్యమని గ్రహించనగు
ఆయనమీద అనన్య శ్రద్ధ ఏర్పడితే అన్ని అనర్థాల అంతమని తెలియనగు

399. అహమ్మద్ నగర్‌లోని దామూ అణ్ణా బాబాకు పరమభక్తుడు
ఆయన బాబా ఆశీస్సులతో పుత్రులు కలిగి పరవశించిన భక్తుడు

400. ఆ భక్తుడికి ఒక మిత్రుడు కలిసి వ్యాపారం చేద్దామన్న పథకం చెప్పాడు
దామూ అణ్ణా బాబా సలహా కోరితే వద్దన్న సూచనలు పొందాడు

401. ఆ మిత్రుడు అణ్ణాను తప్పుపట్టి స్వంతంగా పట్టా వ్యాపారం చేశాడు
దెబ్బ తిన్నాడు దాము అణ్ణాను మెచ్చాడు బాబాను చక్కగా స్మరించాడు

102. పుత్ర సంతానం కోరి దామూ అణ్ణా బాబాను సేవించాడు
అతనికి మామిడిపళ్ళిచ్చి సంతానవంతుడిగా ఆశీర్వదించాడు

103. బాబా ఉన్నా ఆయన లేకున్నా ఆయనను స్మరించుకోవాలి
ఎనలేని ధైర్యము, తృప్తి కలుగుతాయని నమ్మికముంచుకోవాలి

104. గ్రహబలంతో మన స్వభావ ప్రవర్తనలు తయారౌతాయి
కాని ఈశ్వరబలం ముందు గురు బలం ముందు గ్రహబలం
సర్దుకొంటుంది

105. ధన సంపాదన ఋజుమార్గంలో జరిగితే అంతా కుశలమే
వక్రమార్గాన జరిగిన సంపాదన వల్ల అంతా అశుభమే

106. బాబా మాటలను ఔచిత్య భరితంగా స్వీకరించాలి మరి
మామిడిపండ్లు తిని చావు అంటే తప్పక తినాలని గాని
వేరు కాదు మరి

107. గురువు గుణానికి రూపానికి అతీతంగా జ్ఞాన ప్రాప్తి కలిగించగలడు
గురువును మానసిక పూజావిధితో సుప్రసన్నులుగా చేసుకొన్న
జ్ఞానం కలుగగలదు.

408. పంత్ అనే అన్యగురు భక్తుడు సాయి నాథుని దర్శనం
చేసుకున్నాడు
తన గురువు స్థానాన్ని వదలకూడదని సమస్త గురువుల
ఐక్యత చూడాలన్నాడు

409. బాబా మాటలతో ఆ పంత్ తన గురువును గుర్తు చేసుకున్నాడు
బాబా కరుణను జన్మంతా గుర్తు పెట్టుకున్నాడు

410. ముంబయికి చెందిన హరిశ్చంద్ర పితళే బాబా గురించి
విన్నాడు
పిల్లా పాపలతో చక్కటి పండ్లతో షిర్డీ చేరాడు

411. మూర్ఛ రోగమున్న కొడుకును బాబా పాదాలమీద ఉంచాడు
తనూ సాయినాథునికి సాష్టాంగ పడ్డాడు

412. ఆ పిల్లవాడికి మూర్ఛ రావడమే కాకుండా ఎక్కువగా వచ్చింది
తల్లి చాల వగతచెంది అనుకుంది బాబా దగ్గరకి రావడం
వల్ల నష్టం వచ్చిందని

413. బాబా వాళ్ళకు ధైర్యం చెప్పి వాళ్ళ బసకు తీసుకెళ్ళమన్నాడు
బాబుకు తిరిగి స్పృహ రావడంతో వాళ్ళు ఆనంద పడ్డారు

414. మహదానందంతో బాబా పట్ల విశ్వాస కృతజ్ఞతలలో వచ్చి
సాష్టాంగపడ్డారు
బాబా అన్నాడు అచంచల విశ్వాసంతో శ్రీహరి రక్షిస్తాడని

415. బాబా పితళేకి మూడు రూపాయలిచ్చి ముందిచ్చిన రెండు
రూపాయలతో పూజ గదిలో ఉంచమన్నాడు
బొంబాయిలో ఉన్న అతని తల్లి చెప్పింది అతనికి చిన్నప్పుడు
అక్కల్‌కోట మహరాజు రెండు రూపాయలిచ్చారని

416. అనసూయా అత్రుల కుమారుడైన దత్తాత్రేయుడే స్వామి
సమర్థులని నమ్మకము
తర్వాత ఆయనే షిర్డీ సాయినాథుడని భక్తుల నమ్మకము

417. విరోధ భావం, చిన్న పెద్ద అన్న భేద భావం తొలిగితే
గురుకృప కలుగుతుంది
అనన్య భావంతో గురు సాయిని శరణు కోరి స్మరిస్తే మాయ
తొలగుతుంది

418. నిజాం రాజ్యం వదలి బాబా చాంద్ భాయి పాటిల్‌తో నేవాసే
చేరాడు
కానడ్ గ్రామ వాసి కమ టూకళీ గ్రామ నివాసి దగదూతో
కలిసి షిరిడీ చేరాడు

419. జ్ఞానము భక్తి ఏర్పరిచే గ్రంథాలను బాబా చదవమనేవారు
కొందరు బాబాకు గ్రంథాలిచ్చి తిరిగి ప్రసాదంగా తీసుకునేవారు

420. ఒకరు ముకుంద్ రాజ్ 1788లో రచించిన వివేక సింధు
అనే మరాఠీ గ్రంథం బాబాకిచ్చారు
బాబా ఆ గ్రంథాన్ని శ్యామాకిచ్చి ఇంట్లో జాగ్రత్తగా పెట్టమన్నాడు

421. పవిత్ర గ్రంథాలు చదివేటప్పుడు మనకు సాయిబాబానే
కనిపిస్తాడు.
పవిత్ర గ్రంథాలనే గురువులకిచ్చినా పండితుల కిచ్చినా
దాతకు మంచి కలిగిస్తాడు

422. రామదాసు సంప్రదాయానికి చెందినవానికి బాబా చక్కటి
సందేశమిచ్చాడు
తనకు కడుపునొప్పికి సోనాముఖి తెమ్మని బయటికి పంపాడు

423. అతని విష్ణు సహస్ర నామ పుస్తకాన్ని మాధవరావుకిచ్చాడు
దానిని చదవమని అది ప్రాణ రక్షణ చేస్తుందని అన్నాడు

424. శ్యామా రామదాసు కోప్పడతాడు తనకు వలదన్నాడు
అయినా నామస్మరణ ఘనత గొప్పదని బాబా
తీసుకోమన్నాడు

425. వెనక్కు వచ్చిన రామదాసుకు అణ్ణాచించిణీకర్ పుస్తకం
గురించి చెప్పాడు
మాధవరావు మీద విరచకపడ్డాడు దుర్భాషలాడాడు రామదాసు

426. శ్యామా తానేమీ చెయ్యలేదని కావాలంటే పుస్తకాలు
కొనిస్తానన్నాడు
బాబా రామదాసుకు అవసరమైన హితబోధ చేశాడు

427. పుస్తకాలు చదివితే మలినం మనసు నుండి వైదొలగాలి
గ్రంథ పఠనంలో అడ్డూ అదుపూ లేని స్వభావాన్ని
వదులుకోవాలి

428. వైరాగ్యం లేని పుస్తక లోభం వదలలేనివాడు రాదాదాసు
కాలేడు
మమకారం వదలాలి భేదభావం వదలాలి లేకపోతే
రామదాసు కాలేడు

429. బాబా మాటలతో చల్లబడ్డ రామదాసు తను శ్యామా నుంచి
పంచరత్న గీతకావాలన్నాడు.
అలాగేనని ఒప్పుకోవడంతో అందరూ పుస్తకాల విలువ
తెలుసుకున్నారు

430. ఓసారి బాపూ సాహెబుజోగ్‌కి పోస్టులో ఒక పుస్తకం వచ్చింది
ఆ పుస్తకం తిలక్ గారి గీతా రహస్యం దాన్ని చదవమని
బాబా ఆశీర్వదించి ఒక రూపాయి యిచ్చారు

431. లోకమాన్య తిలక్, దాదా సాహెబ్ కాపర్డే కలిసి బాబాను
దర్శించుకున్నారు
స్వాతంత్ర్యం గురించి అడిగితే తిలక్‌ను విశ్రాంతి
తీసుకోమన్నారు

432. కాపర్డే పుండరీపురం సబ్‌జడ్జ్ నూల్కర్ నాగపూర్
శ్రీమంతుడు బుట్టీ
కలిసినప్పుడల్లా బాబా ఎదురుగా నమ్రతతో మౌనం పాటించేవారు

433. బాబా కాపర్డే సతీమణి చేసిన ఆహారాన్ని చాలా ఆనందంగా
ఆరగించారు
ఎప్పుడో అలా చెయ్యక ఇప్పుడు చెయ్యడమేమిటని
మాధవరావు అడిగాడు

434. అప్పుడు బాబా ఆమె గత జన్మల గురించి వివరించారు
వాళ్ళిద్ధరు ఒకరికొకరు కాళ్ళు చేతులు నొక్కుకుంటూ
సేవించుకున్నారు

435. ఆమెకు బాబా "రాజా రామ్" అని అంటూ ఉండమని
శెలవిచ్చారు.
అలా చేస్తే ఆమె శ్రేయస్సు పొందుతుందని అన్నారు

436. పరిపక్వత చెందిన గురువుని ఆశ్రయించిన శిష్యుడు అద్వైతం
గ్రహిస్తాడు
గురువు ఉపదేశంలో శిష్యుడు శ్రేయో మార్గాన్ని గ్రహిస్తాడు

437. జీవాత్మకు పరమాత్మకు ఉన్న ఏకత్వసాధనకు అవసరం గురువు
సాయిబాబాను శరణని ఆయన మీద మోపాలి మన బరువు

438. అనన్య ప్రేమతో శ్రద్ధ సహిత పూజ్య భావంతో బాబాను
కొలవాలి
కొలవడం ధ్యానంతోను నామస్మరణతోనూ సవ్యంగా జరగాలి

439. మనం కొలిచే దేవుడు మనతో అన్ని వేళల ఉంటాడు
అలాగే దివ్యత్వమున్న గురువు అన్ని వేళల మనలో ఉంటాడు

440. మనశ్రేయోభిలాషులైన గురువులు కలలో గూడ దర్శనమిస్తారు
మనకు సలహాలిచ్చి ఆరోగ్యం స్థిరపరచి మార్గదర్శన
కావిస్తారు

441. తన భక్తులు ఎప్పటివారైనా ఎక్కడి వారైనా పిల్చుకుంటారు
సాయినాథుడు
గ్రీకు వ్యాపారస్తులైన ర్యాలీ సోదరుల ఉద్యోగి లఖిమీ
చందు బాబా భక్తుడు

442. మోహం మృగ్యమై, వివేకం వెలిగి, వైరాగ్యం విలసిల్లి
భక్తుడు ముందుకొస్తాడు
బాబా పిలుపుతో లఖిమీచందు ముందుకొచ్చాడు

443. మొదట కలలో దర్శనమిచ్చాడు లఖిమీచందుకు
తెలియకపోయినా నమస్కరించాడు ఆయనకు

444. దత్తాత్రేయ మంజునాథ్ బిజూద్ ఇంట్లోకి గణదాసు కీర్తనకు
వచ్చాడు
అక్కడ బాబా చిత్రం చూచి తన కలలో కనిపించిన
సాధువును గుర్తించాడు

445. ఆనందపడి ఆ ప్రేమమూర్తిని ఎప్పుడు చూస్తానా అని
కుతూహల పడ్డాడు.
బాబా దర్శనం చేసుకోవాలి, ఏర్పాట్లు ఎలా చేసుకోవాలి
అన్న ఆలోచనలో పడ్డాడు

446. అదే రోజు రాత్రి శంకర్రావు వచ్చి షిరిడీ వస్తావా అని అడిగాడు
శంకర్రావు లాలా లఖిమీచంద్ ప్రయాణానికి అప్పు
చేసుకొని బయలుదేరారు

447. రైల్లో కలిసిన వారితో మాట్లాడి బాబా గురించి తెలుసుకున్నాడు
కోపర్గాంలో జేమ పళ్ళు కొనాలి అనుకోని కూడా మరచి
పొయ్యాడు

448. తము వెళ్ళే గుర్రబ్బండి వెనుక వస్తున్న వృద్ధురాలి దగ్గర
జామపండ్లున్నాయి
అవి కొన్నాడు ఆమె మిగిలినవిచ్చి తన తరఫున బాబాకు
ఇవ్వమంది

449. బాబా లిఖిమీ చందు దారిలో జరిపిన సంభాషణను గుర్తు
చేశాడు
అప్పు తీసుకొని దర్శనానికి రావాల్సి అవసరమేమిటన్నాడు

450. బాబా సర్వజ్ఞతతో లిఖిమీ చందు ఆశ్చర్యపడ్డాడు
బాబా పట్ల భక్తి ఇనుమడించి ఆనందపడ్డాడు

451. లిఖీమీ చందు శంకర్రావు మిత్రులతో కలిసి సారె వాడాకు వెళ్ళారు
మధ్యాహ్న భోజనంతో బాబా ప్రసాదమంటూ రవ్వకేసరి
వడ్డించారు

452. లిఖీమీ చందుకు ఎంతో నచ్చింది తృప్తి పడ్డాడు
కానీ ప్రతిరోజూ రవ్వకేసరి లేదని కొరవ పడ్డాడు

453. మూడో రోజు బాబా కోరిక మీద రవ్వకేసరి తెచ్చాడు జోగ్
అందరూ తిని ఆనందపడ్డాడు ముఖ్యంగా లిఖీమీ చందు

454. బాబా అతని ఆరోగ్య పరిస్థితి గురించి గూడ ప్రస్తావించాడు
లిఖీమీ చందు ఆశ్చర్యంతో పాటు ఆనందం అనుభవించాడు

455. చావడి ఉత్సవం రోజున బాబాకు విపరీతమైన దగ్గు వచ్చింది
ఆ దగ్గు ఎవరి దృష్టి వలనో అయిఉండవచ్చు అన్న
అనుమానం లిఖీమీ చందుకు వచ్చింది

456. తెల్లవారి మాధవరావ్‌తో దృష్టి దోషం వల్లనేమో నా కొచ్చిన దగ్గు
ఆ బాబా మాటలు విని ఆశ్చర్యపడ్డాడు లిఖీమీ చందు తన
అభిప్రాయం అదే అని

457. రోజూ పూజలో గాని షిర్డీకి పంపేటప్పుడు గాని
లిఖీమీ చందు పూలదండ, అగరొత్తులు
కొబ్బరికాయలుంచే వాడు

458. లిఖీమీ చందు బాబాకు చేసిన విన్నపము అమోఘము
ఎల్లప్పుడూ కృప చూపుతూ తమను రక్షించమన్నాడు.

459. బాబా పాదాలే తమకున్న ఏకైక దైవమన్నాడు
బాబా నామస్మరణ తమతో బాగా పెరగాలని కోరుకున్నాడు

460. అనుకున్నాడు సాయి నాథుని కృపతో తమకు ఎల్లప్పుడూ
తృప్తి ఉండాలని
ఎల్లప్పుడూ దుఃఖ రహితమైన జీవితం సుఖ తృప్తులతో నిండాలని

461. మధ్యప్రదేశ్‌లోని బర్హాణపూర్ నివాసి అయిన ఒక స్త్రీకి
బాబా కలలో కన్పించాడు
పైన పులగం పెట్టమని అడిగాడు ఆ విషయం భర్తకు
ఇతరులకు చెప్పింది

462. తపాలాశాఖాధికారి అయిన ఆమె భర్తకు అకోలా కి బదిలీ అయింది
వాళ్ళిద్దరికి గొప్ప భక్తి భావంతో షిర్డీ వెళ్ళాలనిపించింది

463. షిర్డీ చేరి రోజూ బాబా చరణసేవ చేసుకున్నారు
కాని పులగం తినిపించే పని పూర్తి చేసుకోలేదు

464. పదిహేనవ రోజున పులగం చేసుకొని మసీదు చేరేటప్పటికి
తెర వేశారు
అయినా ఆమె ధైర్యం చేసి భక్తి భావంతో లోపలికి వెళ్ళింది

465. బాబా ఎదురు చూస్తున్న భావన కల్గించి పులగం స్వీకరించారు
ముద్ద తర్వాత ముద్ద స్వీకరించి వాళ్ళకు ఆశీస్సులిచ్చారు.

466. గత జన్మ బంధముందేమో గుజరాత్ నివాసి మేఘుడు బాబా
కోసం షిర్డీ చేరాడు
మేఘుడు రామబహదూర్ సామి యొక్క ఉద్యోగి అందువలన
బాబాతో చేరారు

467. మేఘుణ్ణి షిర్డీ పంపాడు సాఠె బాబా ఆశీస్సులతో శ్రేయస్సు
కలుగునని
మసీదులో ఉన్న వ్యక్తితో గురుభావం కలగడమేమిటని
అనుకొన్నాడు మేఘుడు

468. కానీ విధి లేక షిర్డీ చేరి మశీదు మెట్లక్కబోయాడు గురుభావం
కలగదని
బాబా బ్రాహ్మణుడవు నీచమైన యవనుణ్ణి ఎలా కలుస్తావని
రాయి వెయ్యబోయాడు

469. ధైర్యం చాలక కొద్దిరోజులకు తిరిగి ఊరెళ్ళి జ్వరాన పడ్డాడు
మళ్లీ షిర్డీ వచ్చి సాయినాథుని సేవ చేసి సాయి శంకర
నామంతో స్మరించడం మొదలు పెట్టాడు

470. బాబాను సాయి శంకరుడంటూ బిల్వ పత్రాలతో పూజించేవాడు
బిల్వ పత్రాలకోసం కొండలు గుట్టలు ఎక్కి తెచ్చుకొనేవాడు

471. సాయిబాబా అలవాటుంటే గ్రామ దేవతల అన్య దేవతల
పూజ చెయ్యమనేవాడు
ఆయన సర్వ వ్యాపకత, పరదేవతల పట్ల శ్రద్ధ ఉనికిని
సమర్థించేవాడు

472. ఒకరోజు మేఘుడు ఖండోబా పూజ చెయ్యకుండా వస్తే
వెనక్కి పంపాడు
వెనక్కి వెళ్ళి తలుపులు తెరిచి ఉంటే పూజ చేసి తిరిగి వచ్చి
బాబాకు పూజ చేశాడు

473. మేఘుడు బాబాను గంధ పుష్పాది ఎనిమిది ఉపచారాలతో
పూజించాడు
దక్షిణ, పళ్ళు, దండ అర్పించేవాడు కడు భక్తితో సేవించేవాడు

474. మకర సంక్రాంతి రోజున బాబా గోదావరి నదీ జలంతో
తలస్నానం చెయ్యాలనుకున్నాడు
బాబా అనుమతితో దృఢ నిశ్చయుడై ఇరవై ఐదు కిలోమీటర్ల
దారి తొక్కాడు

475. బాబా తలమీద పొయ్యి వేరే భాగాలమీద అక్కర్లేదని చెప్పాడు
మేఘుడు శరీరమంతా తడపాలని పోశాడు కానీ బాబా
తల మాత్రమే తడవనిచ్చాడు

476. భక్తులు ఎల్ల వేళలా మనసులో బాబా పట్ల శ్రద్ధ సహనాలు
పెట్టుకోవాలి
అప్పుడు వాళ్ళ మనోరథాలను తీరుస్తాడని తెలుసుకోవాలి

477. నానా సాహెబ్ చాందోర్కర్ ఇచ్చిన బాబా ఫొటోను తన
గదిలో పూజించేవాడు
మేఘుడు తన గదిలో ఫొటోను, మసీదులో అసలు బాబాను
పూజించేవాడు అనుకున్నాడు

478. అలా పూజ సంవత్సరం గడవగా తెల్లవారుఝామున బాబా
దర్శనమైంది
అతని పక్కమీద అక్షింతలువేసి గోడమీద త్రిశూలం బొమ్మ
గీయమని అదృశ్యమైనాడు బాబా

479. పక్క రోజు మేఘుడికి బాబా నిరాకారస్థితి వివరించాడు
సర్వ వ్యాపకుణ్ణిని తనతో ఏకరూపు వారిని సూత్రధారినై
నడిపిస్తానన్నాడు

480. పక్కరోజు పుణే నుంచి ఒక భక్తుడు బాబాకు శివలింగాన్ని
సమర్పించాడు
మేఘుడికి బాబా ఆ లింగాన్ని ఇచ్చి శంకరుణ్ణి జాగ్రత్తగా
చూడమన్నాడు

481. కాకా సాహెబు దీక్షిత్ వాడాలో స్నానం చేసి సాయి స్మరణలో
మునిగాడు
అతని ఎదుట ఆనంద భరితుడైన మేఘుడు శివ లింగంతో
ప్రత్యక్షమైనాడు

482. కార్యాచరణలో తీవ్రత, శ్రద్ధ అవసరం ప్రతిఫలాపేక్ష వదలాలి
అవసరమైన ప్రతిఫలమివ్వడానికి బాబా మన వెంట ఉంటాడని
నమ్మాలి

483. విభిన్న భక్తి పాటలు పాడేవాళ్లకు, భజన చేసేవాళ్ళకు బాబా
డబ్బులిచ్చేవాడు
ఈ విషయం తెలిసి మద్రాసు నుంచి ఒక భక్తి బృందం
షిర్డీకి వచ్చింది

484. సాయి నాథుడు అమనికి, ఆమె తల్లి జహోలీకి, తండ్రి
కొండాజీకి పైసలిచ్చేవాడు
అలాగే చాలా మంది భక్తులకు ప్రతిరోజు దాదాపు తొంబై
రూపాయలు పంచేవాడు

485. మద్రాసు నుంచి వచ్చిన బృందంలో మద్రాసు వ్యక్తి భార్యకు
భక్తి ఎక్కువ
ఆమెకొక బాబా సర్వశ్రేష్ట పురుషోత్తముడైన రాముడిగా
కనిపించాడు

486. కొన్ని రోజులకు ఆమెకు డబ్బు లోభం చిగురించింది
అలాంటి ప్రవృత్తి లోపించిన తర్వాత రామదర్శనం లభ్యమైంది

487. ఆ రోజే ఆమె భర్తకు కలలో తను బందీ అయినట్లు చూచాడు
దగ్గర్లో ఉన్న బాబా చెప్పాడు చేసిన కర్మఫలం
అనుభవించాలన్నాడు

488. ఆ కలలోనే అతనికి పాప విముక్తి లభించి బాబాకు సాష్టాంగ పడ్డాడు
గత నమస్కారాలు డబ్బు కోసమని ఇప్పుడు పరమేశ్వరుడన్న భావనతో అన్నాడు

489. ఆ కలలోనే బాబాను ముసలితనం కదా ఇంక ఎన్ని రోజులుంటారన్నాడు
ఆ మద్రాసు వ్యక్తితో పరుగు పోటీ పెట్టుకొని అదృశ్యమైనాడు

490. ఆ స్వప్న మహత్యంతో ఆ వ్యక్తికి బాబా పట్ల భక్తి బాగా కుదిరింది
స్వప్నమైనా అతనికోసం సందేహ విస్మృత్తి కావడం భక్తి గట్టిపడడం జరిగింది

491. మర్నాడు ఉదయం బాబా ఆ భక్త బృందానికి రెండు రూపాయల బర్ఫీతో పాటు రెండు రూపాయలిచ్చాడు
కొన్ని రోజుల తర్వాత అల్లా చాలా ఇస్తాడని ఆశీర్వదించి పంపించాడు

492. బాంద్రా నివాసి రఘునాధ్ రావు ఉండూల్కర్ బాబా భక్తుడు
బహుశ్రుతుడు
ఆయన భార్య సావిత్రి, కొడుకు బాబు అంతా బాబా
భక్తాశ్రితులే

493. వైద్య విద్యలో శిక్షణ పొందే అతనికి తన పరీక్ష గురించి
సంశయం ఏర్పడింది.
జ్యోతిష్కుడు ఒకాయన తర్వాతి సంవత్సరం బావుండి నడిచేది
బాబా లేదనటంతో భయం ఏర్పడింది

494. అతని తల్లి తన బిడ్డ సమస్య బాబాకు విన్నవించుకొంది
బాబా అతని శ్రమ ఫలిస్తుంది పరీక్ష రాయమని చెప్పడంతో
వాళ్ళకు ధైర్యమొచ్చింది

495. బాబా ఇచ్చిన ఆశీర్వాద ధైర్యంతో బాబా పరీక్ష రాశాడు
అనవసరపు బెంగతో మౌఖిక పరీక్షకు హాజరు కాలేదు

496. ఒక మిత్రుడి ద్వారా పరీక్షాధికారి బాబాకు సందేశం పంపాడు
లిఖిత పరీక్ష పాసైనవాడు వెంటనే మౌఖిక పరీక్షకు రమ్మన్నాడు

497. బాబాకు కృతజ్ఞతతో బాబు ప్రార్థనా పూర్వక నమస్కారం
తెలిపాడు
బాబా అతనిని తమ చరణాలతో గట్టిగా లీనం చేసుకున్నాడు

498. బాబా భక్తులకు ఒకప్పుడు సమస్యలొస్తాయి
అవి పరీక్ష ఒక రకంగా దృఢ పరిచే విధానమనిపిస్తాయి

499. కష్టాలొచ్చినప్పుడు నోరారా సాయి నామస్మరణ చేసుకోవాలి
కష్టాలు పోతాయి భక్తి భావనను దృఢం చేసుకోవాలి

500. రఘునాథ్‌రావు బలహీనతతో తను పనిచేసే గ్రహమ్ అనే
విదేశీ వ్యాపార సంస్థ నుంచి పదవీ విరమణ చేశాడు
ఆ కంపెనీవారు అనుకున్న దానికన్నా సాయి మహిమ వల్ల
ఎక్కువ పెన్షన్ ఇచ్చారు

501. గ్వాలియర్‌లో ఉండే కెప్టెన్ హాటే అనే డాక్టరుకు కలలో
బాబా దర్శనమిచ్చాడు
నన్ను మరిచిపోయినావా అన్న బాబా మాటకు లేదని కాళ్ళు
పట్టుకున్నాడు

502. తోటలోకి వెళ్ళి చిక్కుడు కాయలు తెచ్చి స్వయంపాక
సామగ్రి తయారు చేశాడు
కలనుంచి మేల్కొన్నాడు షిర్డీ వెళ్ళి స్వయంపాకం సామాగ్రి
సాయికి ఇవ్వాలనుకున్నాడు

503. కల గురించి కాకా సాహెబు దీక్షిత్‌కు తెలియజేశాడు ఆ డాక్టరు
అలాంటి చిక్కుళ్ళు ఉన్న వంటకం బాబాకిచ్చ ప్రసాదం
తనకు పంపమన్నాడు ఆ డాక్టరు

504. అతను పంపిన డబ్బు అందగానే కాకా షిరిడీ వెళ్ళి సామాను
కొన్నాడు
దారిలో ఒక స్త్రీ వద్ద చిక్కుళ్ళు కొని మసీదుకెళ్ళి బాబాకు
సమర్పించాడు

505. ఆ సామాను నానా సాహెబ్‌నిమోస్కర్ తీసుకెళ్ళాడు
వంట చేసి బాబాకు నైవేద్యం ఇస్తే సాయినాథుడు ముందు
చిక్కుడు కూర సేవించాడు

506. ఈ విషయం తెలిసిన డాక్టరు హోటేకి మహదానందమైంది
గురు శిష్యుల గురు భక్తుల విశేష బంధం అలాంటిది

507. హాటేకి బాబా తాకి ఇచ్చిన ఒక రూపాయి ఇంట్లో ఉంచు
కోవాలనిపించింది
షిర్డీకి వెళ్ళి ఒక మిత్రుడికి ఒక రూపాయిచ్చి బాబా
కివ్వమన్నాడు

508. ఆ మిత్రుడు బాబాకు తన దక్షిణ ఇచ్చిన తర్వాత హాటే
పంపిన రూపాయినిచ్చాడు
బాబా ఆ నాణెంతో కాసేపు ఆడుకొని నిశిత దృష్టి సారించి
ఆ మిత్రుడికిచ్చాడు

509. వెనక్కు ఇచ్చెయ్ ప్రసాదం తీసుకెళ్ళు ప్రశాంతంగా ఉండమను
అంటూ బాబా మిత్రుడికి తన ఆశీస్సులిచ్చాడు ఇక వెళ్ళమని

510. ఆ మిత్రుడు గ్వాలియర్‌కు చేరి హాటేకు ఆ రూపాయిచ్చాయి
జరిగింది చెప్పాడు హాటే మనస్సు ప్రేమ భరితమైంది

511. వామన్ రావు నార్వేకర్ అనే భక్తుడు బాబాకు ఒక రూపాయి
ఇచ్చాడు
బాబా తాకి తనకు తిరిగి ఇస్తే ఆశీర్వాదంగా తీసుకుందా
మనుకున్నాడు

512. బాబా ఆ అందమైన నాణాన్ని జేబులో వేసుకున్నాడు
ఒక పక్క సీతారామలక్షణులు ఒక పక్క మారుతి ఉన్న
ఆ నాణాన్ని ఉంచుకున్నాడు

513. మాధవరావు వామనరావు కోరికను బాబాకు చెప్పాడు
బాబా ఆ రూపాయికి బదులు ఇరవై రూపాయలు ఇస్తే
ఇస్తానన్నాడు

514. అతను అందరిని అడిగి తీసుకుని ఇరవై ఐదు రూపాయి
లిచ్చాడు బాబాకు
కాని బాబా రూపాయలు కూడా జేబులో వేసుకున్నాడు
రూపాయి ఇవ్వలేదు అతనికి

515. రాశుల రూపాయిలు కూడ ఆ రూపాయికి బాబా సమానం
కాదు అన్నాడు
శ్యామాను తీసుకొని ఆ రూపాయిని పూజ గదిలో పెట్టి
పూజించ మన్నాడు

516. సాయి దేవుని కథలు గ్రహించడానికి చక్కని మనఃస్థితి ఉండాలి
అపారమైన ప్రేమ, జ్ఞానం, భావుకత, శ్రద్ధ, నిష్ట ఉండాలి

517. నాసిక్ జిల్లా వణి గ్రామంలో సప్త శృంగిదేవి పూజారి కాకాజీ
వైద్య
కష్టాలు, బాధలు, అశాంతి నుంచి విముక్తి కోసం ప్రార్థించాడు
పూజారి వైద్య

518. ఆతనికి అమ్మకలలోకి వచ్చి బాబా దగ్గరకు వెళ్ళు అంది
కలముగిసింది అతనికి బాబా వివరాలు ఏమీ తెలియక
పోయింది.

519. త్ర్యంబకేశ్వరుడేమో అనుకొని అక్కడికెళ్ళాడు వైద్య
కానీ శాంతి కలుగలేదు మళ్ళీ అమ్మను కోరుకున్నాడు వైద్య

520. మళ్ళీ కలలో కనిపించి షిరిడీలోని సమర్థ సాయిబాబా అని
చెప్పింది
కాని వివరాలేమీ తెలియకపోవడం వైద్యకు ఇబ్బంది అయింది

521. మాధవరావు దేశ్ పాండే బిడ్డగా ఉన్నప్పుడు సప్తశృంగి
మాత రక్షించింది
మొక్కు తీర్చక ఆఖరి రోజులో కొడుక్కు అతనితల్లి చెప్పింది

522. తన స్తన చర్మ రోగ నివారణార్థం రెండు రజిత స్తనాలను
మొక్కుకుంది
రెండు మొక్కులూ తీర్చమని అమ్మ చెప్పింది కాని అతను
మరచి పోవడం జరిగింది

523. ముప్పై సంవత్సరాల మతిమరుపుకు విముక్తి లభించింది
ఒక జ్యోతిష్కుడు వాళ్ళ మొక్కుల గురించి మాధవరావ్
తమ్ముడు బాపూజీ చెప్పడం జరిగింది

524. స్తనాలను తయారుచేయించి బాబాకు ఇవ్వజూచాడు మాధవరావు
అతనిని సప్త శృంగిమాతకే ఇవ్వమని సలహా ఇచ్చాడు బాబాగారు

525. సప్త శృంగి మాత గ్రామానికి వెళ్ళి కుల పురోహితుణ్ణి కలిశాడు
అక్కడ అనుకోకుండా కాకా గారింటికి వచ్చాడు

526. అమ్మ మొక్కు తీరంగానే మాధవరావు, కాకా షిరిడి
బయల్దేరారు
రాగానే బాబా చరణాలకు మొక్కారు కాకాగారు

527. కేవలం బాబా దర్శనంతోనే కాకా, వైద్యులకు శాంతి కుదిరింది
చాలా ఆనందంగా అక్కడ పన్నెండు రోజులు ఉండి వెనుదిరిగారు

528. సాయినాథుడు కనిపించే కలలు కలలు కావు మరి
నిద్రలో తెలియజెప్పే అత్యవసర సందేశ సూక్తులు సరి

529. ఒక మధ్యాహ్నం కాకా దీక్షిత్‌ను గుర్రబ్బండితో రహతారు
వెళ్ళమన్నారు
నేను పంపించానని చెప్ప ఖుశాల్ భావును ఇక్కడికి తీసుకు
రమ్మన్నారు

530. రహతాలో కలిసిన ఖుశాల్ భావుకు తన రాకకు కారణం చెప్పాడు
ఖుశాల్ భావు ఆశ్చర్యంతో బాబా కలలో తనకు షిర్డీ
రమ్మనమన్నాడన్నాడు

531. దీక్షిత్తు, ఖుశాల్ భావు షిర్డీ చేరారు బాబా పథకం మేరకు
అలాగే బొంబాయిలో ఉండే రామ్‌లాల్ అనే పంజాబీని
కలలో కనిపించి తన దగ్గరకు రమ్మన్నాడు

532. ఎన్నడూ కనీవినీ ఎరుగని ఆ సాధు రూపంతో అతనికి
పరిచయం లేదు
దారి వెంట వెళ్తూ ఒక దుకాణంలో చిత్రాన్ని చూచి వివరాలు
తెలుసుకున్నాడు

533. ఎవరి అదృష్టం వారిది రామ్ లాల్ వెంటనే షిర్డీ వెళ్ళాడు
అక్కడ షిర్డీలో సాయినాథుని వద్ద ఆయన సమాధి వరకు
ఉండిపోయాడు

534. అంతిమ సమయంలో మనస్సు దేనిమీద లగ్నమైతే దాన్ని
బట్టి పునర్జన్మ తప్పదు
అందుకనే నిత్యము భక్తి శ్రద్ధలతో పరమాత్ముని స్మరణ తప్పదు

535. విజాయనందుడనే మద్రాసు సన్యాసి మానస సరోవరం
బయలుదేరాడు
ఒక జపాను ప్రయాణీకుడి దగ్గర మానస సరోవరం పటం
చూచి ముగ్ధుడైనాడు

536. దారిలో షిరిడీ వచ్చి బాబా గురించి విని ఉండబట్టి చూడ గోరాడు
ఆ సమయంలో అక్కడ హరిద్వార్ సోమనాథ్ స్వామీజీ ఉన్నారు

537. సోమనాథ్ స్వామీజీ నుండి దూరం గురించి కష్టాల గురించి
విన్నాడు
విజయానంద్‌కు కాస్త నిరుత్సాహం కల్గి ఖిన్నుడైనాడు

538. బాబా దర్శనం చేసుకొని పాదాలకు సాష్టాంగం చేసుకున్నాడు
అతని మనస్సు ప్రశాంతి పొందింది కాని బాబా విసుక్కున్నాడు

539. అక్కడ ఉన్న భక్తులు కులమత తేడాలు లేకుండా
బాబాకు సేవ చేస్తుంటే చూచి సన్యాసి ఉండిపోయినాడు
ఇబ్బందిపడకుండా

540. కాని తల్లికి ఆరోగ్యం బావులేదని ఉత్తరం చూచాడు తిరిగి
వెళ్దామనుకున్నాడు
బాబా అనుమతి కోరగా కొన్ని రోజులు ఆగమన్నాడు

541. సన్యాసికి బంధు ప్రీతి తగదు ఆగమన్నాడు
వాడాలో దొంగల బారినుండి రక్షించుకోమన్నాడు

542. భజన, నామస్మరణలతో పాపం, తాపం, దైన్యం దూరమౌతాయి
శ్రీమత్ బాగవత పారాయణం మనస్ఫూర్తిగా చెయ్యమన్నాడు

543. ఆ గ్రంథ పఠనం మూడు సప్తాహాలు చెయ్యమన్నాడు సాయి
దేవుడు
అప్పుడు అతని సమస్త దుఃఖాలను తీరుస్తాడు దేవుడు

544. మూడు సప్తాహాలు మునగక మునుపే ఆ సన్యాసి పరమ
పదించాడు
సన్యాసి కనుక ప్రేత సంస్కారం అక్కడి వారితోనే అయింది
అతను సద్గతి పొందాడు

545. బాళక్ రామ్ మాన్కర్ విధురుడైన తర్వాత అశాంతికి గురైనాడు
సాయి బాబా పట్ల భక్తితో, వైరాగ్యంతో
సంసారం నుంచి బయటపడ్డాడు.

546. బాబా బాళక్ రామ్‌ను దారి ఖర్చులిచ్చి మచ్చీందర్ ఘర్
వెళ్ళి తపస్సు చేసుకోమన్నాడు
కాస్త జంకినా బాబా యిచ్చిన ధైర్యంతో విభూతి ప్రసాదాలతో
మచ్చీందర్ ఘర్ వెళ్ళాడు

547. తపస్సులో నిమగ్నమై ఉండగా బాబా అతనికి సాక్షాత్కరించాడు
తను అన్నిచోట్ల ఉన్నానని తెలుసుకొని ప్రశాంతంగా ఉండమన్నాడు

548. కొన్ని రోజుల తర్వాత వాంద్రా తన గ్రామానికి వెళ్ళాలనుకున్నాడు
పబ్ స్టేషన్‌లో ఒక గొంగళి కప్పుకున్న కౌపీనధారి అతనికి
తన బాదరా టిక్కెట్టిచ్చాడు

549. పైసలిద్దామని చూస్తే ఆ కౌపీనధారి కనిపించకపోయాడు
మొత్తానికి షిర్డీ లోనే తిరిగి స్థిరపడ్డాడు అక్కడ ఒరిగాడు.

550. దర్వేషుల ఆధీనంలో ఉండే ఒక పులిని బాబా దగ్గరకి తెచ్చారు
మానవులైనా, జంతువులైనా మహాత్ముల ఆశీస్సులు లభిస్తాయి

551. బాబా చరణాలు చింతామణులే అష్ట సిద్ధులున్నవే
కనుక ఆదర్వేషులు బాబాకు పులి విషయాలు తెలిపారు

552. పులి మెట్ల మీదకి రాగానే ఎంతో ఆదరంతో తలదించుకొంది
అక్కడికి దగ్గరలో పులికి ఖనన సంస్కారం లభించింది.

553. ఎప్పుడు ఏమవుతుందో సామాన్యులకు తెలియదు గదా
పులి వెనక ఏడవ రోజున సాయినాథుడు దేహాన్ని వదుల్తారు
అనుకోలేదు గదా.

554. ఇతరుల కోసం దేహాన్ని సార్థకం చేసుకోవటం శ్రేయస్కరం
పారమార్థిక శ్రేయస్సు కొరకు దృఢంగా అభ్యసించడం అవసరం

555. సాయిబాబా పలుకులు మన పాపాలను దుఃఖాలను దూరం
చేస్తాయి
శాస్త్రాధ్యయనంతో పాట గురుకృప ఉంటే జ్ఞాన ప్రాప్తి మనః
స్థిమితమూ లభిస్తాయి

556. ఒక్కొక్కసారి పండితులమని అనుకునేవాళ్ళు తప్పటడుగులు వేస్తారు
అనుభవజ్ఞులు పరుల మేలు కోరుకునే వారు చక్కటి
సూచనలిస్తారు

557. ఒక వంజారా ఇచ్చిన సలహాలు నలుగురు పండితులకు
నచ్చలేదు
తత్ఫలితంగా వాళ్ళకు ఇబ్బందులు తప్పలేదు

558. కొత్తచోట తిరిగేటప్పుడు మార్గదర్శి అవసరమన్నాడు
ఖాళీ కడుపుతో ఏదీ అన్వేషించకూడదన్నాడు

559. ఒక్కతను అతనిమాట విని రొట్టె ముక్క తిని నీళ్ళు తాగాడు
ఆవంజారీలోని స్వాభావిక ప్రేమను ఎంతగానో మెచ్చుకున్నాడు

560. అప్పుడర్థమైంది ఆ పండితుడికి నిస్వార్థ ప్రేమ ఉన్నవాడే
జ్ఞానులని
శాస్త్రాధ్యయనం మంచిదేకాని పరుల పట్ల ప్రేమ ముఖ్యమని

561. సమాధ్యవస్థ కలగాలంటే బాహ్యానికి దూరంగా ఇంద్రియ
స్వాధీనత ఉండాలి
గురువు మాట గురువు చూపు తప్ప అన్యమేదైనా మనకు
దూరంగా ఉండాలి

562. పుస్తక జ్ఞానమును మించి కోరుకోవాలి బ్రహ్మజ్ఞానానుభవం
బ్రహ్మజ్ఞానాన్ని ప్రాప్తించచేసుకోవలసిన స్వీయ అనుభవం

563. జ్ఞానుల అభిమానం యోగుల శ్రమలను మించింది భక్తుని
చెదరని శ్రద్ధ
వాళ్ళది శరీరాన్ని, మనస్సునీ, ధనాన్ని స్వామికి సమర్పించే శ్రద్ధ

564. భక్తులు కర్తృత్వాన్ని గురుదేవునిపై పెట్టి తాము నమ్రతిస్తారు
తల్లి, తండ్రి గురువుల ఉపదేశంతో జ్ఞానాన్ని స్వీకరిస్తారు

565. ఆత్మ స్వరూప సాక్షాత్కారం గురుకృపతోనే సాధ్యం
మన అదృష్టాన్ని బట్టి ఎవరు గురువుగా వస్తారో వాళ్ల
కృపతోనే అది సాధ్యం

566. సాయినాథుని దర్శనార్థం అన్ని వర్గాల వారు వచ్చేవారు షిర్డీకి
కులాలు, గోత్రాలు, మతాలు, సంపద, అధికారం ఏవీ
ముఖ్యం కాదు బాబాకు

567. ఉపవాసం ఉంటే చిత్తం స్వస్థత కోల్పోయే అవకాశముంది గదా
ఇంద్రియాలు చక్కగా కార్య నిర్వహణ జరపడానికి శక్తి
ఉండాలి కదా

568. అతిగా తినకుండా అవసరమైనంత మిత భోజనమే సరిమార్గం
ఆహార విహారాలు సవ్యమార్గంలో ఉండడమే మనసుకు
ఇంద్రియాలకు సరిమార్గం

569. ఉపవాసాసక్తురాలు గోఖలే బాయి బాబా దర్శనార్థం షిర్డీ వచ్చింది
బాబాకు ఆమెను చూచడగానే ఆమెకున్న ఉపవాస దీక్ష
విరమింపచెయ్యాల్సి వచ్చింది

570. వెళ్ళి దాదాభట్టు ఇంట్లో బొబ్బట్లు చేసి పిల్లకు పెట్టి తినమన్నాడు
బాబా మాట ప్రకారం బొబ్బట్లు చేసి పిల్లలకు పెట్టి తను తిన్నది

571. గురు వచనాలకు చక్కటి విలువ ఇచ్చి పాటిస్తే ఫలము లభించు గదా
ఇతరుల కన్నా తాము ఎక్కువ అనుకోవడం వల్ల నష్టము
వాటిల్లు గదా

572. బాబా చిన్నగా ఉన్నప్పుడు బీడ్‌గ్రామంలో ఒక ఫకీరు దగ్గర
పని చేశాడు
చాల చక్కగా చేసి ఆ యజమాని మన్ననలు పొందాడు

573. బాబా తన భక్తుల దగ్గర దక్షిణ స్వీకరించేవారు
దీనులకూ, దుర్భలులకూ అందులోంచి దానం చేసేవారు

574. కొంత మొత్తాన్ని ఎండు కట్టెలు కొని రాశిగా పోసేవారు
ఆ కట్టులతో అక్కడుండే ధుని అనే అగ్ని హెూమాన్ని వెలిగించే వారు

575. ఆ నిత్యాగ్నిహోత్రధునిలో ఉండే విభూతి జనాలకు
ప్రసాదం, మందు
వచ్చివెళ్ళే వాళ్ళకు ప్రసాదం, అనారోగ్య పీడితులకు అది మందు

576. ప్రపంచంలోని సాయి మందిరాలలో ఉండే ధునులు
మూలాగ్నికి ప్రతిబింబాలు
ఊది అన్ని విధాలా భక్తులకు రక్షణ ఇచ్చేది ఒక కరంగా
ఇక్కడిదే

577. బ్రహ్మాండం కన్పిస్తుంది కాని సత్యము బ్రహ్మ దీనికి గుర్తు విభూతి
ఒక రకంగా వైరాగ్యానికి వివేకానికి ప్రతీక ఈ విభూతి

578. బాబా విభూతికిచ్చే విలువ మనకు ఆయన వాడే వాక్యంలో
తెలుస్తుంది
"రమతే రామ అయోజ అయోజ! ఉదియాం గోనియా లాయోజి"
అంటే "రమించే రామా రండి రండి విభూతి సంచలనం
పట్టుకు రండి"

579. నాసిక్‌లో ఉండే రామచంద్ర వామాన మోదక్ దగ్గర
ఉద్యోగి నారాయణ మోతీరాం జానీ
నారాయణ రావు తల్లితో షిర్డీ వెళ్ళినప్పుడు స్వంత వ్యాపారం
మంచిదన్నాడు

580. బాబా ఆశీర్వదించినట్లు నారాయణ రావు భోజనం వసతి
ఉన్న వ్యాపారం ఎన్నుకున్నాడు
ఆనందాశ్రమమనే ఆగృహానికి మంచి పేరు వచ్చింది అతనికి
మానసిక విశ్రాంతి లభించింది

581. అతని మిత్రుడికి తేలు కుట్టిన చోట పెట్టడానికి విభూతి
దొరకలేదు
బాబా ఫొటో వద్ద ఉండే అగరుబత్తి బూడిద రక్షించింది,
అదే బాబా మహిమ

582. బాబా మీద ఉన్న శ్రద్ధతో భక్తితో మట్టిని తాకి ప్రార్థిస్తే
దూరమున్న వాళ్ళ మీద పని చేస్తుంది.
అందుకనే చాలామందికి స్మరణతోనే ప్రార్థనతోనే రక్షణ
ఏర్పడుతుంది.

583. జామ్నేరులో ఉన్న నానా సాహెబు చంద్రోర్కర్ కూతురికి
ప్రసవ సమయం
ప్రసవ వేదన సహించరానంత కావడంతో బాబాను
ప్రార్థించాడు నానా సాహెబ్

584. బాబాకు అన్నీ తెలుసు కదా జామ్నేరుకు విభూతి
పంపాలనుకున్నాడు
షిరిడీలో ఉన్న గోసావి రామ్‌గిర్ భువాకు ఖాందేష్‌లో
ఉండే తన గ్రామానికి వెళ్ళాలనిపించింది

585. బాబా అనుమతి కోసం వస్తే ముందు జామ్నేరుకు వెళ్ళమన్నాడు
మాధవ్ అడ్కర్ రచించిన హారతిని కాగితంమీద రాసి
నానాకు పంపమన్నాడు శ్యామాను

586. అంతే కాకుండా గోసావికి విభూతినిచ్చి నానాకు గూడా
విభూతి పంపాడు
గోసావి ప్రయాణానికి తన వద్ద పైసలు సరిపడలేదన్నాడు

587. దానికి సాయినాథుడు అన్ని ఏర్పాట్లు జరుగుతాయన్నాడు
రైలెక్కి జాళ్‌గాం స్టేషనులో దిగి ఏం చెయ్యాలా
అనుకుంటున్నాడు

588. ఒక సిపాయి వచ్చి నానాసాహెబ్ పంపిన గుర్రబ్బండిలో
వెళ్దామన్నాడు
అనుకోని సౌకర్యం చక్కటి బండి మంచి చోదకుడు ఆనంద
పడ్డాడు బువా

589. తెల్లవారుఝామున ఒక ప్రవాహం దగ్గర ఆగింది బండి
సిపాయి అక్కడ ఫలహారం చేసి గుర్రాలకు నీరు త్రాపించి
మళ్ళీ బయల్దేరాడు.

590. మామిడి పండ్లు పాలకోవా గోధుమ రొట్టెలు సేవించి
ప్రయాణం సాగించారు
జామ్నేర్‌లో నానా ఆఫీసు చేరగానే బువాలఘు శంక నివృత్తికి
పక్కకు వెళ్ళాడు

591. తిరిగి వచ్చే సరికి బండి, గుర్రాలు, సిపాయి అదృశ్యం
ఇంట్లోనే ఉన్నాడని తెలిసి నానా యింటికి వెళ్ళాడు బువా

592. తన జోలె లోంచి తీసి విభూతిని, హారతిని నానా ముందు పెట్టారు
మహదానంతో నానా ఆయన భార్య కూతురుకి విభూతి
త్రాగిపించారు

593. ఆ అమ్మాయికి వేదనతగ్గింది నిర్విఘ్నంగా ప్రసవమైంది
నానా పంపిన బండి గురించి అడిగాడు బాబా

594. తను బండి పంపలేదని చెప్పగానే అందరికీ తెలిసింది
బాబాకు భక్తులపట్ల వాత్సల్యం గురించి ఆయన సర్వజ్ఞత గురించి

595. నాసిక్ నారాయణరావు బాబాను సంవత్సరానికి రెండు
సార్లు దర్శనం చేసుకోనేవారు
1918 విజయదశమి రోజున బాబా దేహం చాలించి సమాధి
చెందారు

596. అనారోగ్య కారణంగా నారాయణ రావు సమాధి దర్శనం
చేసుకోలేక పోయినారు
అనారోగ్యంగా ఉన్న అతను ప్రతి రోజు బాబాను ధ్యానించు
కొనేవారు

597. అందుకే అంటారు సాన్నిధ్యం కన్నా స్మరణ ముఖ్యమని
మాటలకన్నా ముఖ్యంగా చిన్ని చిన్ని చేతలు గూడ ముఖ్యమని

598. దేవుడి మీదనమ్మకముంచి ముందుకు సాగాలి ధైర్యంగా
పని మాత్రం శ్రద్ధతో చెయ్యాలి ఫలం పట్ల సహనముండాలి

599. ఒక రోజు సాయినాథుడు ఆయన కలలోకి వచ్చాడు
ఆరోగ్యం మెరుగై ఒక వారంలో లేచి కూర్చుంటాడని చెప్పారు

600. కొద్ది రోజులకు చక్కగా నయమైంది నారాయణరావుకు
సమాధి దర్శనం కోసం ఆయన వచ్చాడు షిర్డీకి

601. సాయి నాథుని ఉనికి దేహానికి అతీతంగా గ్రహించాలి
ఆయనకు భక్తుల పట్ల ప్రేమ స్థలాతీతమని కాలాతీతమని
గ్రహించాలి

602. భక్తుల ధ్యానాన్ని బట్టి, ధారణను బట్టి, సద్గురు చింతన ఉంటుంది
దానిని బట్టే భక్తుల శ్రేయస్సు కొరకు బాబా ఉనికి ఉంటుంది

603. అప్పా సాహెబ్ కులకర్ణికి బాలా సాహెబ్ భాటే నుండి
బాబా ఫోటో లభించింది
ఆయన ఆ ఫోటోను పూజలో పెట్టుకొని నైవేద్యం సమర్పించు
కునేవారు

604. శ్రద్ధ ఉంటే ఫోటో దర్శనం ప్రత్యక్ష దర్శనంతో సమానమౌతుంది
ఫోటో మూల పదార్థానికీ వ్యక్తికీ ప్రతిబింబం ప్రతీక అవుతుంది

605. బాళా బువా సుతార్ హరిదాసు బొంబాయి నివాసి
ఆయన షిరిడీ వెళ్ళినప్పుడు సాయినాథుడు అతన్ని నాలుగు
సంవత్సరాల నుండి ఎరుగుదునన్నాడు

606. నాలుగు సంవత్సరాల కింద ఆయన బాబా ఫోటోకు
నమస్కరించడం గుర్తొచ్చింది
సాయి మహాత్ముని వ్యాపకత, భక్తుల పట్ల వాత్సల్యం అంతా
దివ్యత్వమే

607. అప్పా సాహెబు ఠాణే నుంచి భివాండికి వెళ్ళాల్సి వచ్చింది
ఆయన ఎనిమిది రోజుల్లో తిరిగి వస్తానని చెప్పడం జరిగింది

608. రెండోరోజున ఆయన ఇంటి దగ్గరకి బాబా లాంటి ఫకీరు వచ్చాడు
దక్షిణ అడిగితే పిల్లల తల్లి ఒక రూపాయి ఇచ్చింది
తను బాబా సేవకుణ్ణి అని చెప్పి విభూతి ఇచ్చి బాబా
ఫొటో దగ్గర పెట్టమన్నాడు

609. గుర్రాల జబ్బు కారణంగా అప్పా సాహెబు ప్రయాణం వెను
తిరిగింది
అతను వెనక్కు వచ్చి తన వెనుక జరిగింది తెలుసుకున్నాడు
తనైతే పదిరూపాయలకు తక్కువ కాకుండా ఇచ్చి ఉండే వాడిని
అన్నాడు

610. ఊళ్ళో కన్పించవచ్చని తిరిగి చూశాడు దొరక లేదు
భోంచేసి బయల్దేరితో ఒక వ్యక్తి ఎదురొచ్చి ఫకీరనిపించాడు
ఆయన పదే పదే అడుగుతూ పది రూపాయల దక్షిణ తీసుకున్నాను.

611. అనుకున్నది నెరవేర్చాలి భక్తులు అన్నది సాయినాథుని దృష్టి
అనేక పద్దతులతో వాళ్ళు అలా చేసేలా చూడడమే బాబా పని

612. దహాణా గ్రామ వాసి హరిభావూ కర్ణిక్ షిర్డీ వచ్చాడు
1917లో అది గురుపూర్ణిమ రోజు బాబాకు దక్షిణ వస్త్రాలు
సమర్పించాడు

613. దిగి వెళ్ళేటప్పుడు బాబాకు ఇంకో రూపాయి
ఇవ్వాలనిపించింది బావూకి
కానీ ఆ ఆలోచనను పక్కకు నెట్టి సాగాడు ముందుకు

614. నాసిక్‌లో దిగి కాలా రాముడి దేవాలయములోకి వెళ్ళాడు బావూ
అక్కడ సంత్ నర్సింగ్ మహారాజు లేచివచ్చి "తన రూపాయ్"
ఇమ్మన్నాడు

615. సాయే ఈ విధంగానే తీసుకుంటున్నాడన్న భావం కలిగింది
హరిభావూ ఆనందంగా ఆ సంత్‌కు రూపాయి ఇచ్చాడు

616. మనసులో తోచిన దాని వెనుక మంచి భావన ఉండవలెగదా
ఆ తోచిన దాన్ని నిలుపుకోవాలంటే ముందు గుర్తుంచుకోవాలి గదా
చక్కగా వెళ్ళి మళ్ళీ ఆలోచించుకోవాలి విస్మరించకూడదు గదా
అన్ని విధాల ప్రయత్నించి అనుకొన్న అనిన మాటను
నిలబెట్టుకోవాలి గదా

617. సాయి బాబా భక్తులను సవ్యమార్గంలోనే ఉండేటట్లు చూస్తారు
మాట తప్పకుండా అనుకున్నది సాధించేటట్లు చూస్తారు

618. నాసిక్ జిల్లాలోని మాలేగాంలో ఉన్న ఒక డాక్టరు గారి
అన్న కూడా డాక్టరే
ఆయన కొడుకును ఎముకవ్రణం అన్న వ్యాధి యాతనకు
గురి చేసింది

619. వివిధ పద్ధతుల్లో చికిత్స, దేవీ దేవతలకు ప్రార్థనలు మార్చలేదు
అతని పరిస్థితిని
ఇతరుల సలహా మీద సాయి నాథుని శరణు కోరారు
మార్చడానికి ఆ పరిస్థితిని

620. షిర్డీ చేరి సాయి సమర్థునకు సాష్టాంగం చేసి పిల్లవాడి
వ్యాధి గురించి చెప్పుకున్నారు
బాబా వాళ్ళతో ద్వారకకు వచ్చిన వారికి సమస్యలు
తీరతాయన్నారు

621. తను ఇచ్చిన విభూతిని వ్రణంమీద రాయమన్నాడు
నాలుగైదు రోజుల్లో గుణం కనిపిస్తుందని ధైర్యమిచ్చాడు

622. బాబా ఆ అబ్బాయి పాదాలను తన హస్తాలతో నిమిరారు
అతనివైపు తన కృపామృత దృష్టి సారించి ధైర్యమిచ్చారు

623. బాబా నగుమోము చూపుతో ఆ అబ్బాయి చల్లబడ్డాడు
ఆయన మాటలు విని ఆ అబ్బాయికి సుఖానుభూతి కల్గింది

624. అక్కడ వాళ్ళు నాలుగు రోజులుండారు ఆ అబ్బాయికి నయమైంది
బాబా అనుమతితో వాళ్ళు తమ ఊరికి వెళ్ళడం గూడ జరిగింది

625. డాక్టరు చిదంబరన్ పిళ్ళేకి నారి కురుపు వచ్చి చాల కష్ట పెట్టింది.
బాబా అతన్ని "భావూ" అని పిలిచేవాడు వాళ్ళ బంధం చాల సన్నిహితంగా ఉండేది

626. తన బాధను బాబాకు తెలియపరచి మరణం కావాలని కోరాడు భావూ
వేరు పది జన్మలలో ప్రారబ్ధం అనుభవిస్తాను ఇప్పుడొద్దన్నాడు భావూ

627. బాబా పది జన్మలు అక్కర్లేదు పది రోజులతో ప్రారబ్ధం
తీరుతుంది
అతని వార్త తెచ్చిన కాకా సాహెబుతో బావూను వీపు మీద
వేసుకొని రమ్మన్నాడు

628. వచ్చిన భావూకు తనదిండు ఇచ్చి చేరగిలపడి కూర్చోమన్నాడు
ప్రారబ్ధం తప్పదనేది నిజమని, విధిలో వచ్చినవి సహించమన్నాడు

629. చిత్తం, విత్తం, కాయా, వాచా, మనసా పరమేశ్వరుడి
చరణాల్లో లీనమవమన్నాడు
కాలు జాపు కొని విశ్రాంతి తీసుకోమన్నాడు సాయినాథుడు

630. నానా సాహెబు కట్టిన కట్టు తీసెయ్యమన్నాడు బాబా
ఇప్పుడు కాకి వచ్చి పొడుస్తుంది నయమౌతుంది అన్నాడు బాబా

631. నూనె పొయ్యడానికి వచ్చిన అబ్దుల్ పొరపాటున పిళ్ళే
కాలును తొక్కాడు
నారి పగిలి రసి కారుతోంది, ప్రాణం తల్లడిల్లింది రోదనతో
పాటు భక్తిపాట పిళ్ళే నోటిగుండా

632. పిళ్ళే కాకి ఎప్పుడొస్తుంది అని అడిగాడు సాయినాథుని
వచ్చి వెళ్ళింది వెళ్ళి వాడాలో పడుకో అన్నాడు సాయినాథుడు

633. పిళ్ళే రోగం నయమైంది పదవరోజు గాయం నుండి ఏడు
దారాల్లాంటి పురుగులు బయటికొచ్చాయి
మహదానందంతో బాబా చరణాలను కౌగిలించుకొన్నాడు పిళ్ళే

634. మాధవరావు తమ్ముడు బాపాజీ సాపూల్ విహీరీ దగ్గర ఉంటాడు
అతని భార్యకు తొడమీద గ్రంధులతోపాటు జ్వరమొచ్చింది

635. అతను భయపడి షిర్డీ వెళ్ళాడు తన అన్న మాధవరావు
దగ్గరికి
వాళ్ళు బాబా దగ్గరికెళ్ళి విషయాలు వివరించారు

636. బాబా దిగులు పడొద్దని విభూతి ఇచ్చి శరీరం మీద రాసి
తాగించమన్నాడు
మాధవురావును అక్కడికి తెల్లవారి వెళ్ళమన్నాడు

637. బాపాజీ దిగులుతోనే ఊరెళ్ళి భార్యకు విభూతి తాగించాడు
శరీరానికి రాశాడు
వెంటనే చెమట పట్టింది ఆమె నిద్రపోయింది తెల్లవారే వరకు
కుదుట పడింది

638. మాధవరావు తెల్లవారుఝామునే తమ్ముడి దగ్గరకెళ్ళాడు
అంతా సవ్యంగా ఉంది తమ్ముడు విభూతి విలువను కొని
యాడాడు

639. వెనక్కు వచ్చిన మాధవరావు బాబాను కొనియాడాడు కర్తగా
భావించాడు
తాను సాక్షిని మాత్రమే పని చేసేవాడు అనంతుడని బాబా
అన్నాడు

640. ఒక పార్శీ వ్యక్తికి తన కూతురుకి గంట గంటకు వచ్చేమూర్ఛ
సమస్యగా తయారైంది
ఒక మిత్రుడు పార్లేలో ఉన్న కాకా సాహెబు దీక్షిత్ దగ్గర
నుంచి విభూతి తెచ్చివాడమన్నాడు

641. విభూతి తెచ్చుకొని నిత్యమూ ఆ బిడ్డచేత తాగించాడు ఆతండ్రి
మూర్ఛవచ్చే వ్యవధి తగ్గి కొన్ని రోజులకు పూర్తిగా నయమైంది

642. మధ్యప్రదేశ్‌లో నిహర్ధా దగ్గర ఉన్న గ్రామంలో ఒక వృద్ధుడికి
మూత్రంలో రాళ్ళు ఏర్పడ్డాయి
దాంతో అతను చాల బాధపడ్డాడు శస్త్ర చికిత్స చేయించుకునే
ధైర్యం లేకపోయింది

ఆ గ్రామ ఇనామ్‌దారు బాబా భక్తుడైనందువల్ల విభూతి ఉండేది
ఆ విభూతి తెచ్చుకొని సేవించిన కొన్ని నిమిషాలకే ఆ వృద్ధుడు
స్వస్థుడైనాడు

643. ముంబయి వాసి ఒకాయనకు ఆయన భార్య ప్రసవం చాలా
బాధాకరసమయమైంది
శ్రీరామా మారుతి అనే సాయి నాథుని భక్తుడి సలహా మేరకు
వాళ్ళు షిర్డీ చేరారు

644. కొన్ని నెలలు అక్కడే ఉన్నారు ప్రసవ సమయం రానే వచ్చింది
ఆమె బాధకు నివృత్తి కలిగింది విభూతి కారణంగా కాని
బిడ్డ బ్రతకలేదు

645. దివ్యత్వం గురించి పారమార్థికం గురించి
ఆలోచించే వారు ధన్యులు
కులమతాభిమానం ధన హెూదాభిమానం వదలి
వేసుకోగలవాళ్ళు ధన్యులు

646. సాయిబాబా దర్శనం అయిన వెంటనే చక్కగా మార్పు
చెందేవాళ్ళు ధన్యులు
అందరిలో అన్నిట ఏకత్వం చూడగలవాళ్ళు ధన్యులు

647. సాయినాథుని చరణాలపై దృష్టి నిల్పగల భక్తులు ధన్యులు
ఆయన ఆశీర్వాద దృష్టి సుఖం పొందగలవారు ధన్యులు

648. కాకా మహాజని మిత్రుడొకతను నిరాకార ఈశ్వరోపాసకుడు
షిర్డీ వెళ్ళి బాబాకు పాద నమస్కారం చెయ్యకుండా
విమర్శించాలనుకొన్న తలవంచని వీరుడు

649. వెళ్ళగానే బాబా 'కా యావేజీ' అనగానే అతను అదిరిపడ్డాడు
ఎందుకొచ్చారండీ అని అడగడం తన తండ్రి పద్ధతిలో
అన్నాడు

650. తండ్రి గుర్తు రాగానే బాబా పాదాలపై తలపెట్టి నమస్కరించాడు
బాబా కాకాని మాత్రమే దక్షిణ అడిగాడు తనను అడగలేదని
గమనించాడు

651. మళ్ళీ మధ్యాహ్నం గూడా తనను దక్షిణ అడగలేదని కలవర
పడ్డాడు
కాకా సలహా మేరకు తను గూడ దక్షిణ ఇవ్వవచ్చా అని
బాబాను అడిగాడు

652. మనసుకు ఇవ్వాలని లేదని అడగలేదు ఇవ్వాలనిపిస్తే ఇవ్వు
అన్నాడు బాబా
పదిహేను రూపాయలు దక్షిణ ఇచ్చుకున్నాడు కాకా మిత్రుడు

653. ముంబాయి వెళ్ళడానికి అనుమతి కోరితే ఆ మిత్రుణ్ణి
ఎదురుగా కూర్చోమన్నాడు
బాబా మన మధ్యలో ఉన్న నూనె గోడను పడగొడితే చక్కగా
కలవగలమన్నాడు.

654. మేఘావృతమై ఉండేవాళ్ళు తడుస్తారేమో అన్నాడు
మాధవరావు
వాళ్ళకు వర్ష భయం లేదన్నాడు సాయినాథుడు

655. వాళ్ళు పడవలో నది దాటి రైల్లో కూర్చున్నారు
అప్పుడు మొదలైంది వర్షం బాబా ఆశీస్సులు ఎప్పుడూ
వమ్ము కావు

656. ముంబాయిలో తన ఇంట్లో ఉన్న పిచ్చుకలలో ఒకటి
చనిపోయింది
ఇంకొకటి తెరచిన తలుపు గుండా బయటికి వెళ్ళిపోయింది.

657. అప్పుడనుకున్నాడు ఆ మిత్రుడు బాబా తిరిగిరావడానికి
అనుమతి ఇచ్చింది
బ్రతికి బయటపడ్డ ఆ పిచ్చుక కోసం కిటికీ మూసిపోయి
తప్పుచేశాననుకున్నాడతను

658. షిర్డీ వెళ్ళి వచ్చిన ఆ కాకా మిత్రుడికి ముందునుంచి ఉన్న
మడమ నెప్పి తగ్గిపోయింది
అతని మనసులో బాబా పట్ల భక్తి ద్విగుణీకృతమైంది

659. ముంబయ్‌లో ఉండే ధరమ్‌సి జేఠాభాయ్ ఠక్కర్ ఒక వకీలు
పూర్వ పుణ్యమేమో ఆయనకు సాయిని కలవాలనిపించింది

660. ఈయన కాకా మహాజని యజమాని చక్కగా కలిసి మెలిసేవారు
హెూలీ సెలవలకు ధరమ్‌సి షిర్డీ బయల్దేరాడుతోడు
కాకాను ఇంకొకరిని తీసుకెళ్ళాడు

661. కాకా దారిలో ద్రాక్షపళ్ళు కొన్నాడు కాని అవి గింజలుండేవి
బాబా దగ్గరికి వెళ్ళి అక్కడ బాబా సాహెబు తర్ఖడ్ అనే
భక్తుణ్ణి చూచారు.

662. అక్కడి విశేషాలేమిటి అని అడిగాడు బాబాను ధరమ్‌సి
మన మనసులో తీవ్రేచ్ఛ ఎలా ఉంటే అలా జరుగుతుంది
అన్నాడు బాబా

663. కాకా తెచ్చి ఇచ్చిన ద్రాక్షలను సాయినాథుడు అందరికీ పంచాడు
గింజలున్న ద్రాక్షలు ఇష్టంలేని ధరమ్‌సి పండ్లను నోట్లో
వేసుకొని గింజలను జేబులో ఏసుకున్నాడు

664. తనకు గింజలున్న ద్రాక్షలు ఇష్టం లేదని సాయికి తెలియాలి
కదా సాధువైతే
అలా అనుకోగానే సాయినాథుడు ధరమ్‌సీకి మరి కొన్ని
పండ్లిచ్చాడు

665. తినకుండా గుప్పెట్లో పెట్టుకుంటే తినేసెయ్యి అన్నాడు సాయిబాబా
నోటిలో వేసుకోగానే అర్థమైంది అవి విత్తనాల్లేని ద్రాక్షలని

667. ఇప్పుడు సాయినాథుడు కాకా మహాజని నుంచి పండ్లు
పంచుతాడు అనుకున్నాడు ధరమ్‌సి
అనుకున్నట్లు గానే కాకా నుంచే ప్రారంభమైంది పండ్ల పంపకం

668. ధరమ్‌సీకి శ్రద్ధ కుదిరి బాబా పాదాలమీద పడి వాడాకు వెళ్ళాడు
ఆ రోజు తిరుగు ప్రయాణ కోసం అనుమతి అడిగారు బాబాను

669. అస్థిరమైన మనసుతో ఉండే వ్యక్తితో అశాంతిని
దించుకోమన్నాను అన్నాడు బాబా
ఆ మాట తన గురించేనన్న భావన కల్గింది ధరమ్‌సీకి

670. సాయి సాధువని భక్తులకు వారి అర్హతను బట్టి మార్గం
చూపుతారని అర్థమైంది
బాబా కాకా నుంచి పదహేనురూపాయాలు దక్షిణ
తీసుకున్నాడు
ధరమసీ తనకు తానే అదే మొత్తం ఇచ్చాడు బాబాకు

671. బాబా అడిగి దక్షిణ తీసుకునేవాడన్నది నిజం
కాని ఆ దక్షిణ వెనుక నిగూఢ భావముండేదన్నది పరమ సత్యం
ఏది నిజం, ఏది సత్యం, ఏది ఋతం, అంతా సాయినాథుని మతం

672. పురందరేని రెండు రూపాయలదగడం వెనుక నిష్ట, సహనం
తారాబాయి తర్ఖడ్ ఆరు రూపాయల వెనుక కామ, క్రోధ,
లోభ, మద, మోహ మాత్సర్యాలు

673. దక్షిణ ఇవ్వడంతో డబ్బు పట్ల ఉండే వ్యామోహం, లోభము తొలిగి
వైరాగ్యం కలిగి భక్తి జ్ఞానాలకు మార్గాలు సులభమౌతాయి

674. సాధువుల మనస్తత్వం ద్వంద్వాతీతమని అర్థమైంది
ధరమ్‌సీకి
సాయి అలౌకిక శక్తితో భక్తి కలుగుతుందని అర్థమైంది
ధరమ్‌సీకి

675. వాంద్రా నివాసికి నిద్ర పట్టేది కాదు కలలో వచ్చే తండ్రి వల్ల
దూషణ విమర్శలతో ఆ తండ్రి చేసే ప్రతికూలతవల్ల

676. ఒక సాయిబాబా భక్తుడి సలహా మేరకు విభూతి వాడాడు
అన్ని విధాలా అతను స్వస్థత పొంది బాబా భక్తుడైనాడు.

677. బాబాకు అసాధారణ సేవ చేసే భక్తుడు బాళాజీ
పాటిల్‌నైవాస్కర్
బాబా వచ్చి పోయే దారిని శుభ్రం చేసేవాడు బాళాజీ పాటిల్

678. ఆయన తర్వాత ఆ మార్గ శుభ్రత పని రాధాకృష్ణ బాయి చేసేది
కొన్ని రోజుల తర్వాత ఆ శుభ్రించే సేవ అబ్దుల్ స్వీకరించాడు

679. బాళాజీ పాటిల్ తదనంతరం ఆయనకు శ్రాద్ధం రోజు వచ్చింది
భోజనం తయారు చేసింది అంచనా ప్రకారం అతిథులు
ఎక్కువ రావడం జరిగింది

680. బాళాజీ సతీమణి విభూతి వంటకాల గిన్నెల్లో వేసి బట్ట కప్పింది
ఎంతమంది తిన్నా అయిపోకుండా చక్కగా జరిగిపోయింది

681. భక్తి ఉన్న చోట విభూతి ఉన్నచోట సాయి దయ అనల్పము కదా
ప్రతి సంఘటన భక్తుని భావుకత, నమ్మకం మీద ఉంటుంది కదా

682. శిరిడీ వాసి రఘుపాటిల్ నెవాసాకు వెళ్ళి బాళా పాటిల్
నెవాస్కర్ ఇంట్లో దిగాడు
ఆ యింట్లో పశువుల పాకలోకి బుసలు కొడ్తూ ప్రవేశించిన
పామును చూచాడు

683. నెవాస్కర్ మనసుకు సాయిబాబాయే పాము రూపంలో
వచ్చాడన్న భావన కల్గింది
అప్పుడు పెద్దగిన్నె నిండా పాలు నింపి తెచ్చి పాము ముందు పెట్టాడు

684. అక్కడి వాళ్ళందరికీ భయం మాత్రం కలిగింది
పాము తృప్తి చెంది వెళ్ళిపోయింది, బాబా పట్ల భక్తి నమ్మకం
విలువైనవి

685. గోవా నుండి వచ్చిన ఇద్దరు వ్యక్తులు బాబా దర్శనంతో
ఆనందపడ్డారు
బాబా ఒకరినే దక్షిణ అడిగారు ఇంకొకతను ఇచ్చిన దక్షిణను
వెనక్కు యిచ్చారు

686. మాధవరావు దేశ్‌పాండే వాళ్ళ మధ్య తేడా ఎందుకు
చేశారన్నాడు బాబాను
తీసుకున్న వ్యక్తి మొక్కు తీర్చుకొని ఋణ విముక్తుడైనాడు

687. తను తీసుకొనేది ఎప్పుడూ ఋణ విముక్తులను చెయ్యడానికే
తనకు ఏదీ అవసరంలేదని ఒకప్పుడు ఒకతను తన డబ్బు
దొంగిలించాడన్నాడు

688. శ్యామాను వాళ్ళను భోజనానికి తీసుకెళ్ళమన్నాడు
భోజనం తర్వాత ఆ అతిథులు తమ జీవిత కథ వినిపించారు

689. తనకు ఉద్యోగం కోసం దత్త పూజ చేసి మొదటి జీతం
మొక్కు కున్నాడు
మరచిపోయిన మొక్కే ఇప్పుడు తీర్చుకున్నానన్నాడు దక్షిణ
ఇచ్చినాయన

690. రెండవ వ్యక్తి తన కథలోని వైచిత్రం వినిపించాడు
తన ఉద్యోగి తన ఇంట్లో దొంగతనం చేశాడు

691. ఒక ఫకీరు తన ఆహారంలో ఇష్టమైన పదార్థాన్ని సాయిని
చూచేదాకా తినడం మానెయ్యమన్నాడు
ఆ విధంగా షిర్డీలో ఉండే సాయికి మొక్కుకోమన్నాడు

692. అలా మొక్కుకున్న పదిహేను రోజులకు ఆ ఉద్యోగి డబ్బులు
వెనక్కు ఇచ్చాడు
తర్వాత సాయిని దర్శించుకోవడానికి వచ్చానన్నాడు

693. తనకు మార్గదర్శనమిచ్చిన ఫకీరు ఈ సాయిబాబానే
భక్తి హీనులను పామరులను చక్కటి మార్గంలో పెట్టే
మహాత్ముడు ఈ సాయిబాబానే

694. తను కులాబా నుంచి షిరిడీకి బయల్దేరితే సాయి సహాయంతో
నౌక ఎక్కగలిగా
ఇది తనకు జరిగిందన్న సాయి మాట అసలుకు నాకు
జరిగిందిగదా

695. బాబాకు అన్నీ తెలుసు నాకు జరిగింది తనదిగా చెప్పాడు
శుద్ధ జ్ఞాన సంపన్నుడు దత్త భక్తులకు ఈయనే తమ దత్తుడు

696. సర్వ వ్యాపకత, సర్వాంతర్యామిత్వం, సర్వ సాక్షి తత్వం
వెలుగు భక్తులకిస్తున్నాడు
సాయినాథుని లీలలు వర్ణనాతీతము, ఆయన చేసే
ఉపకారం అపరిమితం

697. సాయినాథుని దర్శనం భక్తులకు దివ్యదర్శనం
సాయినాథుని దర్శనం కొత్తవారికి జ్ఞాన దర్శనం

698. షోలాపూర్ వాసి సఖీరాం ఔరంగాబాద్‌కర్ భార్య సంతానం
కోసం షిర్డీ వచ్చింది
ఆమె తన సవతి పుత్రుడు విశ్వనాద్ షిర్డీలో రెండు నెలలున్నారు

699. బాబాను ఒంటరిగా కలవాలన్న కోరిక మాధవరావుకు తెలిపింది
అదంతా ఆయన దయేనని బాబా భోజన సమయంలో
కొబ్బరికాయ, అగరవత్తితోనే నేలమీద కూర్చోమన్నాడు

700. తను సైగ చేసినప్పుడు పైకిరమ్మని సలహాఇచ్చాడు
మాధవరావు
బాబా భోజనానంతరం ఆసనమ్మీద కూర్చున్నాక సైగ చేశాడు
మాధవరావు

701. ఆమె పైకి వచ్చి కొబ్బరికాయ సమర్పించి పాదాలకు
నమస్కరించింది
కాసేపు మాధవరావు బాబా మాట్లాడుకొని బాబా
ఆశీర్వదించారు ఆమెను

702. పన్నెండు నెలల తర్వాత పిల్లలు పుడ్తారని వాక్రుచ్చారు బాబా
కొబ్బరికాయ పగలకొట్టి ఒక చిప్ప వాళ్ళు తిన్నారు ఒక
చిప్ప ఆమెకిచ్చారు

703. బాబా మాటలు నిశ్చయంగా అమలులోకి వస్తాయన్నాడు శ్యామా
ఆమెకు సంతృప్తి కలిగింది చరణాలకు సాష్టాంగ వందనం
చేసి ఊరెళ్ళింది

704. ఆ స్త్రీకి కొడుకు పుట్టాడు ఐదోనెల బిడ్డను తీసుకుని బాబా
దర్శనానికి షిర్డీ వచ్చింది
ఆమె భర్త కూడ సాయి చరణాలకు నమస్కరించి ఐదు
రూపాయలు దక్షిణ ఇచ్చాడు

705. బాబా ఆ డబ్బుతో శ్యామ కర్ణ గుర్రానికి నివాస స్థానం
ఏర్పరచారు
భక్తులు వేరే ఆలోచన లేకుండా బాబా మీద తదేక ధ్యానులైతే
ధన్యులు

706. భేద రహితులైన గురువును సేవించడం అన్ని విధాలా
శ్రేయోదాయకం
ఆ గురువు ముఖంలో శుద్ధ ప్రేమను చూచుకోవడం
శ్రేయోదాయకం
ఆ గురువుకు పీతాంబరంగా భావార్థం ఏర్పరచుకోవడం
శ్రేయోదాయకం
ఆ గురువుకు సింహాసనంగా దృఢ శ్రద్ధను ఇచ్చుకోవడం
శ్రేయోదాయకం

ఆ గురువుకు భక్తి అనే మొలనూలును కట్టడం
శ్రేయోదాయకం
ఆ గురువు ఆశీస్సులతో అవిద్యను, వాసనలను నశింపజేసే
'విరజ' స్థితి పొందడం శ్రేయోదాయకం
ఆ గురువు ఆశీస్సులతో కర్మ బీజాన్ని నశింపజేసుకోవడం
శ్రేయోదాయకం
ఆ గురువు ఆశీస్సులతో నిష్ఠ సహనం ఏర్పరచుకోవడం
శ్రేయోదాయకం

707. వ్యామోహము, తను అనే భావము విడిచి సంసారులు
సాయి కృపా దృష్టితో ఉదాసీనులగుదురు
యోగులు, విరాగులు, పండితులు అహంభావము వీడి
అందరనొకటిగ చూచెదరు

708. సంస్కార బలం, బుద్ధి కుశలత, చిత్తశుద్ధి ఉంటేనే ఆత్మ
జ్ఞాని ప్రాప్తి జరుగుతుంది
శరీరపోషణను, సంసార బాధ్యతలను విస్మరించకుండా
ఆశా ఆకాంక్ష రహితులు కావాలి

709. సాయి భక్తులు వాళ్ళు తమ తమ పనుల్లో శ్రద్ధ వహిస్తారు
సాయినాథుడు ఆ భక్తుల గురించి ఆలోచిస్తూ మార్గదర్శన
మిస్తారు

710. విరాగులు ఏకాంతంలో అనిర్వచనీయ ఆనందం పొందుతారు
భక్తులు భగవద్భక్తిలో అనిర్వచనీయ ఆనందం పొందుతారు

711. మొదట్లో మసీదు చావడిలో రోజు విడిచి రోజు నిద్రించేవారు
భక్తులు బాబా చావిడికి వెళ్ళడం ఒక శోభాయమాన
కార్యక్రమం చేసేవారు

712. వాద్య గర్జనలో బాబా ఊరేగింపు మశీదు నుంచి బయల్దేరేది
ఓం రాజాధి రాజయోగి రాజ పరబ్రహ్మ శ్రీ సచ్చిదానంద
సద్గురు సాయినాథ్ మహారాజ్
అంటూ దండధారులు గర్జించేవారు ఆయన మెట్లు దగ్గరకి
వచ్చినప్పుడు

713. కనువిందు చేసే శోభతో అనుపమానరీతిలో జరిగేది ఊరేగింపు
1909 డిసెంబరు 10 నుంచి చావిడిలో బాబాకు పూజలు
చెయ్యసాగారు భక్తులు అర్చన, భజన, పూజ చెయ్యసాగారు

714. వైరాగ్య సంపన్నుడైన సాయినాథునికి నగలతో హారాలు
పని లేదు
కాని భక్తులిస్తే కాస్సేపు తన మెడలో వేసుకునేవారు

715. శరణన్నవారికి కరుణతో రక్షణ, ఆశ్రయించిన భక్తులకు
ఉద్ధరణ
ద్వైత భావాన్ని కాదని ఏకత్వ భావన సాధన భక్తులలో
ఏర్పరచడం బాబాకోరిక

716. మోక్ష ప్రాప్తికి సాధన యుగాన్ని చెప్పబడడం విశేషం
కృతయుగంలో తపస్సు, త్రేతాయుగంలో జ్ఞానం, ద్వాపర
యుగంలో సాధనాలన్నారు
కలియుగంలో దానం చెయ్యడం ప్రధాన సాధనం మోక్ష ప్రాప్తికి
అన్ని దానాల్లోకి అన్నదానం ప్రధానమని చెప్పబడింది

717. మిగతా దానాల విషయంలో యోగ్యత గురించి
విచారించవలయును
అన్నదానం విషయంలో అటువంటి యోగ్యత పాత్రత
చూడనక్కర్లేదు
అధికంగా ఉత్పత్తి చెయ్యవలె, నిందించరాదు
అవమానించరాదు ఎవరికి కాదనరాదు
మొదట బలహీనుల ఆకలి తీర్చాలి తర్వాత ఆప్తుల ఆకలి తీర్చాలి

718. ధనధాన్యాలు, వస్త్రాలు గురువుకు అర్పించడం దక్షిణ
గురువు ఆజ్ఞను పాటించి సంతృప్తి పరచడం నిజమైన దక్షిణ

719. తను చేసుకోగల పనిని ఏ పనైనా తను చేసుకోవడం ఉచితం
కానీ అవసరమొస్తే ఇతరులచేత చేయించుకుంటే చక్కటి
పారితోషికం ఇవ్వడం ఉచితం

720. దైవ భావన కల్గించే గురువు యొక్క కులం పట్టించుకోవడం
పారిమార్థిక ప్రాప్తికి విరోధం
ఇహపరలోకాల పట్ల ఉదాసీనతలో వివేక వైరాగ్యాల నిధి
అయిన గురువు జాతితో ఏంపని

721. దాసగణు కథాశ్రవణంతో **1910** నుండి భక్తులు రావడం
ఎక్కువైంది
నైవేద్యాలు, పూజలు, చాలా చక్కగా పెరగడంతో గుండిగల
వంటపని తక్కువైంది

722. కుట్టుడు చెవులు, ధుని, తులసిచెట్టు, గంటలు, శంఖము,
హరికథలు, ముస్లిమ్ పద్ధతులు కావు
దివ్యపురుడైన ఆయన ఎప్పటివారు, ఎచ్చటివారు, ఏ వర్గపు
వారు అన్నది అనవసరం

723. ఒకరోజు నానాచంద్రోర్కర్ తన తోడి అల్లుడు బినీవాలేతో
బాబా దర్శనార్థం వచ్చాడు

కోపర్గాం రావడం తర్వాత దారిలో ఏం జరిగింది
అన్నీ చెప్పుమని కోపంగా అడిగాడు బాబా

724. సాయివద్ద అబద్ధం నిలవదు, అబద్ధాలతో బాబా
దూరమౌతాడు, అధోగతి లభిస్తుంది
గురువును మోసగించడం మహాపాపం, ఆ పాపానికి
ప్రాయశ్చిత్తం ఉండదు

725. అన్నీ తెలిసి నానా ఏదీ దాచకండా పూర్తిగా చెప్పాడు బాబాకు
దార్లో తనతోడల్లుడిని దత్త దర్శనం జరగకుండా
వచ్చేశామన్నాడు నానా

726. అలా చెయ్యడం తప్పు దత్తుడిలాంటి దైవాన్ని దర్శనం
చేసుకోవడం ముఖ్యము
అలా అంటున్న బాబాలో బినీవాలేకి త్రిమూర్తి దత్తాత్రేయ
స్వామి కనిపించాడు

727. అప్పట్నుంచి సాయి బాబా దత్తావతారులన్న విషయం
స్థిరపడింది
దైవ సమానులైన మహాత్ములలో అందరిని చూడగలగడం
విశేషం

728. నైవేద్యంగా వచ్చిన విభిన్న తినుబండారాలు భక్తులకు
ప్రసాదమయ్యేవి
ఆ ఆహారపు రుచి గురుదేవుని పట్ల భక్తి వాళ్ళు చేసుకున్న
పుణ్య కార్యాలయ్యేవి

729. బాబా దగ్గరికి చేరినవారికి అన్నదానంలో ఉండే విలువ
తెలిసేది
అలాగే సర్వదేవతల ఐక్యత సర్వధర్మాల ఏకాత్మక చక్కగా తెలిసేది

730. షిర్డీ బాబా ఉన్న కారణాన పుణ్యక్షేత్రమయింది గదా
అక్కడ ప్రజల శ్రద్ధ, ప్రేమ, భక్తి, అన్ని విధాల గుర్తించబడ్డాయి
గదా

731. ఒకరోజు బాబా పాదాలు నొక్కుతూ నానా చందోర్కర్
భగవద్గీత శ్లోకాలు వల్లె వేసుకున్నారు
నాల్గవ అధ్యాయంలో **33, 34** శ్లోకాలు నడుస్తుంటే బాబా
విన్నారు

732. శ్రేయాన్ ద్రవ్యమయాద్యజ్ఞాత్ జ్ఞానయజ్ఞః పరంతప
సర్వం కర్మాఖిలం పార్థ। జ్ఞానేపరిసమాప్యతే (భగవద్గీత 4:33)

733. విలువైనది ద్రవ్యయజ్ఞము కన్న జ్ఞానయజ్ఞము ఓ పరంతపా!
అన్ని కర్మలు పార్థా జ్ఞానములోనే కలుస్తాయి

734. తద్విద్ధి ప్రణిపాతేన పరిప్రశ్నే న సేవయా
ఉపదేక్ష్యంతి తేజ్ఞానం జ్ఞానిన సర్వదర్శినః
గురువు చెంత చేరి, ప్రశ్నించి సేవ చేసిన
ఉపదేశించగలరు ఆ జ్ఞానాన్ని సత్త్వదర్శనులైన జ్ఞానులు

735. ఆ శ్లోకాల భావాన్ని విశదీకరించమన్నారు
మహదానంతో నానా ఆ శ్లోకాల భావము విపులీకరించాడు

736. బాబా అతనికి బహు చక్కటి సూక్ష్మం తెలియజేశారు
అజ్ఞానాన్ని తొలగిస్తే వచ్చేది జ్ఞానం కనుక గురువు వల్ల
అజ్ఞానం తొలుగుతుంది

737. అపోహలతో నిండి ఉన్న అవధులు లేని అజ్ఞానం వైదొలిగితే
అపోహలు లేని అవధులున్న జ్ఞానం స్వయంగా ప్రకాశిస్తుంది

738. అజ్ఞానాన్ని జ్ఞానులు ఉపదేశించడం అంటే దాన్ని చెప్పి
తొలగించడం
సాయి నాథుని ఈ సూక్ష్మం చాల విలువైనదిగా గ్రహించాలి

739. ఇంద్రియాల పని మనసుకు తెలుసు మనసును చక్కగా ఉంచేది
బుద్ధి, బుద్ధి కుశలతతో, బుద్ధి చూపించే భక్తి మార్గం
అనుసరించడమే మనకు సిద్ధి
విషయాలకు దూరమై, అజ్ఞానాన్ని పారద్రోలుకొని బుద్ధితో
స్థిరపడడం ముఖ్యము
అంతఃకరణలో దైవ చింతన, గురుచింతన కలగడం చాలముఖ్యము

740. అజ్ఞానాన్ని అర్థం చేసుకొని తొలగిస్తే మిగిలేది స్వయంసిద్ధ జ్ఞానం
నానా సాహెబుకు గీత శ్లోకం కొత్త విలువ చాలా మంచి చేసింది
కీర్తి, అహంభావము, మాన సన్మాల కోరిక అంతా
అజ్ఞానమని తెలిసింది.
చేసే త్యాగంతో పాటు ఉండవలసిన అసలైన దైవ చింతనవ
ముఖ్యమని తెలిసింది

741. భగవద్గీతలోని శ్లోకం యొక్క చక్కటి భావ పరిశీలన జరిగింది
బాబా ప్రశ్నలతో జవాబులతో నానా సాహెబుకు అంతా
అవగతమైంది

742. 'ఉపదక్ష్యంతి తేజ్ఞానం'లో తే ఉ_జ్ఞానం అజ్ఞానం అంటే
కొత్త విలువ
'ప్రణిపాతం' అంటే గురువుకు సంపూర్ణ వినయంతో శరణు కోరాలి
'పరిప్రశ్న' అంటే జిజ్ఞాసతో తిరిగి తిరిగి ప్రశ్నించాలి

'సేవ'లో సంపూర్ణతతో గురువుకు తన మాన ధనాలు అర్పించాలి
గురూపదేశము అజ్ఞానమును పైతొలగించు జ్ఞానము వెలుగు

743. మహాత్ములు తమ తదనంతరం చిహ్నంగా సమాధి నిర్మించు
కుంటారు
సాయినాథుడు గూడ బాపూ సాహెబ్ బుట్టీచేత అలాంటి
చిహ్నాన్ని నిర్మింపచేశాడు.

744. ఒక రాత్రి బాపూ సాహెబ్‌కు మాధవరావు దేశపాండేకి ఒకే
కల వచ్చింది
పూజ గదితో సహా వాడాను నిర్మించమని తను అందరి
కోర్కెలు తీరుస్తానని బాబా చెప్పాడు

745. సాయినాథుడు ఉండేది షిరిడీ పరిభ్రమించేది అన్ని లోకాల్లో
భక్తులెక్కడున్నా తల్లి బిడ్డల పట్ల ఉన్నట్లు వాళ్ళ బాగోగులే
మనసులో

746. బాళా సాహెబ్ దేవ్ తల్లి చేసిన వ్రత ఉద్యాపనకు బాబాను
ఆహ్వానించాడు
ఆ ఆహ్వానంలో తన భక్తి, షిర్డీకి రాలేని అశక్తత వివరించాడు

747. బాపూ సాహెబు జోగ్ చదివిన ఉత్తరానికి జవాబిచ్చాడు
సాయినాధుడు
ఉద్యాపనకు తను, బాపూ, ఇంకెవరైనా ముగ్గురం వస్తామని
రాయమన్నాడు

748. ఆ రోజుకు సన్యాసిగా ఇద్దరి పిల్లలతో వెళ్ళి భోంచేశాడు బాబా
కాని గుర్తు పట్టలేకపోయాడు బాళా సాహెబ్ దేవ్

749. దేవ్ తన బాధను వ్యక్తం చేస్తూ రాసిన ఉత్తరాన్ని చదివి
వినిపించాడు జోగి
తిరిగి విశదీకరిస్తూ జవాబు వెళ్లింది దేవ్‌కు

750. తను బాబాను గుర్తించేలేక రాలేదని తప్పు పట్టానని బాధ
పడ్డాడు బాపూ
దైవ సమానులైన మహాత్ములు మాట తప్పరు కానీ సులభంగా
మనము వాళ్ళు వచ్చినప్పుడు గుర్తించలేకపోవచ్చు

751. **1917**లో హేమాడ్ పంత్‌కు కలలో కనిపించాడు బాబా
ఆ రోజు హెూలీ రోజున తను భోజనానికి వస్తానన్నాడు బాబా

752. షావుకారు బియ్యం ఎక్కువ వండమని చెప్పాడు భార్యకు
బాబా వస్తాదన్న విషయంలో రకరకాల భావనలు భర్తకు భార్యకు

753. భోజన సమయంలో బంధువులకు అతిథులకు పళ్ళాలు
పెట్టారు పీటలు వేశారు
మధ్యలో బాబా కోసం పళ్ళెం పెట్టి పీట వేశారు
అన్ని రకాల ఆహార పదార్థాలు వడ్డించి, అభికరించారు
కాని ఇంకా బాబా రాలేదని ఆదుర్దాగా ఉంటూ తలుపు
తట్టిన శబ్దమైంది
ఆలీ మహ్మదు, సంత మౌలానా వచ్చారు ఒక పొట్లం ఇచ్చారు
పొట్లం విప్పగానే సాయిబొమ్మ కనిపించింది వివరాలు
తర్వాత చెప్తానన్నాడు ఆలీ
ఆ బొమ్మను మధ్యలో సాయికి వేసిన పీటమీద కూర్చోబెట్టారు
ఈ సాయి బొమ్మకు జరిగిన నైవేద్య సమర్పణ ప్రతి హోలీ
పండుగకు చేసుకున్నారు వారు

754. సాయి చరిత్ర విముక్తి కలగించగల పరమ పావన
సుధాస్రవంతి
సాయినాథుడు మూర్తిభవించిన పరోపకారమే మనందరికి

755. దివ్య లక్షణాలైన యశస్సు, శ్రీ, ఔదార్యం, జ్ఞానం, శాంతి,
వైరాగ్యం బాబా లక్షణాలు
దీనుల పట్ల సాయినాథుడు వాత్సల్య కారుణ్యము చూపే దేవుడు

756. బాబా అబ్దుల్ తన ఫోటోను అందమైన చిత్రంగా ఇవ్వబోతే
వారించాడు
చిత్రాలకు విలువివ్వడం విగ్రహారాధన అనిపించింది

757. అలీ మహమ్మదు దగ్గర ఉన్నది బాబా బొమ్మ
హేమాడు పంతుకిస్తే క్షేమమని ఇచ్చాడు ఆ బొమ్మను

758. ఈ విషయాలు హేమాడ్ పంతుకు ఎనిమిది సంవత్సరాలకు
తెలిశాయి
ఎప్పుడు ఏం జరుగుతుందో, ఏం తెలుస్తుందో అంతా దేవుని కెరుక

759. బాబా సాహెబు దేవ్‌కు గ్రంథ పఠనం చాలా యిష్టం
కాని ప్రతిరోజు జ్ఞానేశ్వరి చదవడం జరగలేదు

760. 1914 ఫిబ్రవరి నెలలో అందరితో కలిసి షిర్డీ వెళ్ళాడు
అప్పుడు చింకి బట్టలు దొంగిలించావని కాస్త కోపంతో
నిందించాడు బాబా అతనిని

761. తర్వాత గ్రంథ పఠనం చెయ్యమని ఆశీర్వదించాడు
చింకి బట్టలు దొంగిలించడనే మాటను వాడింది
ఇతరులతో చర్చించడం అయి ఉండవచ్చు
గ్రంథాన్ని జాగ్రత్తగా పద్ధతిగా పూర్తిగా చదవాల గదా!

762. 1914 ఏప్రిల్లో రెండవ తారీఖు గురువారం ఆరోజు కలలో
కన్పించి తొందరపడకుండా చదవమని చెప్పాడు బాబా

763. గురుకృప లభ్యమైన వారికి అనవసరపు భయాలుండవు
దిగులుండదు
భగవదనుభూతితో మోక్షమార్గము విశదమై జీవన్ముక్తి
లభిస్తుంది

764. శక సంవత్సరం 1840 దక్షిణాయనంలోని జ్యేష్టమాసం
జ్యేష్టమాసం శుక్లపక్షంలో విజయదశమి గడచిన రోజున
పగలు బాబా నిర్గమనం

765. బుద్ధ దేవుని ఆగమనరోజే సాయినాథుని నిష్క్రమణ రోజు
బాబా ఆత్మ జ్యోతి బ్రహ్మజ్యోతిలో కలిసిన రోజుఅది
ఆ రోజే దుర్గా పూజకు సమాప్తి రోజు

766. 1916 దసరా రోజున బాబా భరించరాని కోపంతో బట్టలు
ధునిలో వేసి దిగంబరులైనారు
హిందువునో, ముస్లిమునో నిర్ణయించుకోమని కేకలు పెట్టాడు
భాగోజీ షిండే బాబాకి కౌపీనం చుట్టి శాంతింపజేశాడు
బాబా తన సటకాలో అతనిని తీవ్రంగా కొట్టడం జరిగింది

767. కొన్ని గంటలలో శాంతించారు బాబా పల్లకీ ఊరేగింపు
బయల్దేరింది
తర్వాత ఒక్క దసరాయే జరిగింది నిజానికి బాబా ఎదురుగా

768. అనారోగ్యంగా ఉన్నా రామచంద్ర దాదాకోతే పాటిల్ గండం
తొలిగింది
తాత్యా పాటిల్ బాబా చెప్పిన విధంగా చాలా బాధపడ్తున్నాడు

769. తాత్యా మంచం మీదనుండి కదల్లేక పోయాడు
బాబా అనారోగ్యం మొదలైంది తీవ్రమయింది

770. అందరూ భయపడ్డట్టు కాకుండా తాత్యా గండం గడిచింది
ఎవరూ అనుకోనట్టు బాబా నిష్క్రమించడం జరిగింది.

771. పండరిపురంలో ఉన్న గణుదాసుకి బాబా తన నిర్యాణం
గురించి చెప్పాడు
గణుదాసు వెంటనే షిర్డీ చేరి సమాధి మీద హరినామ పూలతో
హారాన్ని వేశాడు

772. అఖండ నామ గర్జన జరిగింది, అన్నదానం చేశాడు గణుదాసు
నామ ఘోషతో షిర్డీ వైకుంఠమనిపించింది భక్తులకు

773. సాధారణ మానవులకు దసరా, దీపావళి పక్కరోజు పాఢ్యమి
మంచి రోజులు
అలాగే ఉగాది, వైశాఖ మాసపు అక్షయ తదియ నిష్క్రమణకు
రోజులు

774. శ్రీ సాయిదేవుని లాంటి వారికి ఏ రోజైనా ఒకటే
బ్రహ్మాత్వము పెరిగి బ్రహ్మలో ఐక్యమయ్యే వారికి మరణము
చిన్న మార్పు మాత్రమే

775. రాక పోకలు లేని దివ్యాత్మలు అవధూతలైనా దివ్య పురుషులైనా
అవతార మూర్తులైనా రాకపోవడం పోవడం మనమెరిగినది
మాత్రమే

776. వెళ్ళబోయే ముందు లక్ష్మీబాయి షిండే అనే భక్తురాలికి
కొంత డబ్బు యిచ్చాడు
ఆమె బాబాకు ప్రతిరోజు ఆహారం తినిపించేది

777. ఒక సాయంత్రం లక్ష్మీబాయిని చూచి తనకు
ఆకలేస్తోందన్నాడు బాబా
వెంటనే వెళ్ళి, రొట్టె, కూర, పచ్చడితో తిరిగి వచ్చి ఇస్తరిని
బాబా ఎదురుగా పెట్టింది

778. బాబా ఆ ఇస్తరిని అలాగే దగ్గర్లో ఉన్న కుక్క ముందు పెట్టాడు
ఆయన ఒక ముక్క కూడా తినకుండా కుక్కకు పెట్టడం
బాధగా ఉన్నదన్నది ఆవిడ

779. ఆ కుక్క కడుపు నిండితే తనకు తృప్తి అన్నాడు బాబా
అందరి ఆకలి ఒకటే ఆకలితో బాధపడేవాళ్ళకు
తనకు పెట్టినట్లే అన్నాడు బాబా

780. చిన్నపాటి సంఘటనగా తోచిన దీని పారిమార్థిక విలువ ఎక్కువ
ఎలాంటిదోషం ఎవరికీ అంట గట్టక భక్తులకు బోధ
చెయ్యడం ఆయనకు మక్కువ

781. శిష్యుడు గురువు పట్ల, పారిమార్థికత పట్ల తత్పరుడై ఉండాలి
అప్పుడే గురువులు శిష్యుల శ్రేయస్సు కోసం కృప చూపుతారు

782. అక్కడున్న భక్తులను భోంచేసి రమ్మని ఇంటికిపంపారు బాబా
వెళ్ళిన వాళ్ళు సగభోజనంతోనే తిరిగి రావలసి వచ్చింది

783. బాబా దేహం బయ్యాజీ పాటిల్ తొడపై విశ్రమించింది
సాయి నాథుడు ధరిత్రపైనే చాలించారు తన పార్థివ దేహాన్ని

784. ఔరంగాబాదు జిల్లా జైపూరు నివాసి షంషుద్దీన్ షకీరు
నియాకు తన రాబోయే నిర్యాణం తెలిపారు బాబా
మొహరం నెలలో తొమ్మిదవ రోజు దేహాన్ని చాలించిన
రోజున ముస్లిం పద్ధతిలో అన్ని కార్యక్రమాలు చేశారు

785. సాయి దేవుడు దేహధారణతో వ్యక్తమై దేహత్యాగంతో
అవ్యక్తులైనారు
ఈ దేవ పురుషులు భక్తుల శ్రేయస్సుకు మన మధ్య ఎల్లప్పుడూ
ఉంటారు

786. ఆయన దేహత్యాగంతో పరమిత స్థానం నుంచి సర్వవ్యాపకత
పొందారనాలి
నిర్యాణానికి రెండు వారాలముందు బాబావఝె అనే
భక్తుడితో రామాయణం చదివించారు

787. ఆ గ్రంథ పారాయణం కొనసాగింది ఆ రెండు వారాలు
వఝెని పంపించేసి తను ప్రశాంతంగా ఉండి పోయారు

788. మహాత్ములు పోవడం అంటే పూర్వపు అవ్యక్త స్థితి పొందడమే
వారి పని స్వస్థతలో ఉంటూ భక్తులను శ్రేయోదాయక
మార్గంలో నడపడమే

789. మహాత్ములు వ్యక్తమవ్వటంలో ముఖ్యోద్దేశ్యం లోక కళ్యాణం
అవ్యక్తమవ్వటం సహజం కాని ఉద్దేశ్యానికి భంగం వాటిల్లదు

790. సప్తపురిలో ఒక పురి ద్వారకామాయిగా భావించాలి గదా
ద్వారకామాయి సాయుజ్య ముక్తి స్థానం ఈశ్వరుడి సతతధ్యాన
స్థానం గదా

791. సాయి దేవుడు భక్తులకు కారుణ్య రసం కురిపించే దివ్య మేఘం
భక్తులకు ఎలాంటి అల్లకల్లోలం రానివ్వని విశ్రాంతి స్థానం

792. బాబా నిర్యాణం షిర్డీలో అరణ్య రోదన సృష్టించింది
భక్తులు అన్యులు అందరూ బాబాలేని షిర్డీని ఊహించుకోలేక
పోయారు

793. జ్ఞానులు, అభిమానులు, భావార్థులు, తార్కికుల అయిన
భక్తులకు ప్రేమ చవిచూపిన సాయి
ఆయన లేని ఊరిని, సమయాన్ని భరించలేక పోయారు వారు

794. తాను ఎనిమిది ఏళ్ళ పిల్లవాడిగా ప్రకటమౌతానన్నాడు
కాకా సాహెబు దీక్షిత్‌తో సాయి స్వయంగా అన్న మాటలివి

795. అభక్తులకు గుప్తవిధి భక్తులకు పరి పరి విధముల ప్రసన్నులు సాయి
కొందరికి స్వప్నానుభవం, కొందరికి లీలానుభవం భావిక
భక్తులకు అదే విధి

796. చావిడిలో గుప్తంగా, మసీదులో పరబ్రహ్మగా, సమాధిమందిరం
లో సరూపంగా
ఆయన అక్షయంగా అఖండంగా భక్తులకు ఆయన ఆశీస్సులు
అఖండం

797. లక్ష్మణ్ మామకు కలలో కన్పించి బాబా తనకు పూజ చేసి
హారతి ఇవ్వమన్నాడు
పూజా సామాగ్రి తీసుకొని బాబా ఉండే మసీదుకొచ్చాడు

798. ఇతరులు వద్దన్నా ఎప్పటిలాగే పూజ చేసి వెళ్ళాడు
తర్వాత మధ్యాహ్న హారతి బాపూ సాహెబ్ జోగ్ ఇతరులు
ఇచ్చారు

799. సూచన ఉన్నవారు పోబొయ్యేముందు దైవ గ్రంథాలు
చదవటం మేలు
చివరి పదార్థము నేదైనా యోగ్యులైన వారికి దానం ఇవ్వాలి

800. బాబా తన భక్తులకు అన్ని విధాల సహాయ పడతానని
మాట యిచ్చారు
ఒక రకంగా ఆఖరు రోజులలో ప్రాయోపవేశం చేశారన్న
అభిప్రాయం వీలుగా ఉంది.

801. బుట్టి వాడాలోని మురళీధరకృష్ణుడుకి అనుకొన్న స్థలం తన
కన్న సూచన చేశారు బాబా
ఆఖరున అందరూ బాబాకు ఆ స్థలమే నిర్ణయించారు

802. బాబాకు వాళ్ళ గురువు ఇచ్చిన ఇటుక పొరపాటున పడి
విరిగింది
అది ఆయనకు రాబోయే సమయానికి సూచన అయ్యింది

803. తన జీవన సహచరిణిగా భావించిన ఆ ఇటుకను
పోగొట్టుకోవడం బాధ అయింది బాబాకు
ఇటుకకు విలువ, మాటలకు విలువ ఇవి అన్నా సాయి
తలపే అనుకోవాలి

804. 1886లో బాబా బ్రహ్మాండ పర్యటన చేశారు మూడు రోజులు
మహిళ్సాపతి ఆయన శరీరాన్ని కనపడకుండా రక్షించారు
బాబా వెనక్కి వచ్చారు

805. బాబాకు అన్ని విధాల కర్మ క్రతువులు జరిగాయి.
సపిండీకరణతో సహా అన్ని ఉత్తర క్రియలు జరిపారు పండితులు

806. జోగ్‌తో బాబా అన్న మాటలు అందరికీ ఎల్లవేళల ఆచరణ యోగ్యం
విషయాలపై ప్రీతిలేమి, ఇంద్రియ నిగ్రహం స్వపరతేడా లేమి ఆదర్శ ప్రాయ జీవనం

807. బాబాను శరణు కోరితే అవిద్య నశించు తెలివి వెలుగు
అన్నిట సాయి దేవుని చూడగల అదృష్టం కలుగుతుంది

808. ఇతరులకు కోపం కలిగేలా మాట్లాడకూడదన్నది సాయి మాట
అన్యుల మాటలను శాంతంగా సహించిన తృప్తి కలుగుతుందన్నది సాయి మాట

809. సాయి బాబా కీర్తిని గానం చేసేవారు ధన్యులు సాయి స్వరూపులు
సాయిబాబా కీర్తిని సద్భావంతో వినే వారు ధన్యులు సాయి స్వరూపులు

810. వైయక్తిక మూర్తి దూరమైనా మన స్మృతుల్లో నిలిచి పోయారు సాయి దేవుడు
గురువే నిజమైన బ్రహ్మ గురు భావనే దివ్యత్వమని తలచవలయు

811. గురువు ఆచరణ ముఖ్యము కాదు గురువు ఇచ్చే సందేశము ముఖ్యము
మనల తరింపజేసేవాడు బాబా అనేది శ్రద్ధతో సహనంతో భావనలో ఉంచుకోవాలి

812. సత్ప్రేమ ఉన్న గురుభక్తి ధర్మమని గుర్తుంచుకోవాలి
అనన్య జీవ భావంతో వెలగాలి మన భక్తి అప్పుడు శాంతి, కీర్తి, విరక్తి లభ్యం

813. జీవుల్లో భగవంతుణ్ణి చూసేవారు మూర్ఖులు కాదు
జన్మాంతరాల సమస్యలు కూడా తీరతాయి దేవుణ్ణి నమ్మితే

814. విభూతి విలువ అనుభవంతో తెలుస్తుంది అనేది పరమసత్యం
విచిత్రమైన సమస్యలకు విభూతి రక్షణ కల్పించుతోంది అనేది సత్యం

815. పూజ్య భావము ముఖ్యము, శ్రద్ధాసక్తులు ముఖ్యము
కరుణా మూర్తి అయిన ప్రేమమూర్తి అయిన సాయి దేవుని మనసులో స్థిరపరచుకోవాలి

816. విభూతికి మూలము ధుని అన్నది మనకు తెలిసినదే
ఆ ధునికి ఆధారం సాయి దేవునిలో ఉన్న దివ్యత్వమే గదా

817. మహాత్ముల వర్ణనకు పరిమితి ఉండజాలదు వారి
కృపామృతానికి అవధులు ఉండవు
భక్తులైన దీనులకు తన కృపామృతంతో సకల అభీష్టాలు
తీరుస్తారు

818. ఆర్థిక పరిస్థితి ఎలా ఉన్నా వైరాగ్య మనస్తత్వం అవసరం
ధనం పట్ల అనాసక్తత పారమార్థికత పట్ల అసక్తి
అన్నిటికన్నా ముఖ్యం

819. కర్మ సిద్ధాంతం అవగాహనకు రావడం చాలా కష్టము
విలువైనది
కర్మలననుసరించే జ్ఞానం తదనుగుణంగా తిరిగి జన్మ
జరుగుతుంది.

820. ఆత్మ జ్ఞానం ఇవ్వగల మానవ జన్మను సద్వినియోగం
చేసుకొనగలగాలి
సాయి దేవుని లాంటి మహాత్ముల మార్గదర్శకత్వం కైంకర్యము
అమూల్యము

821. ఆఖరు రోజులలో ఆలోచన చక్కగా ఉంచుకోవాలి
చక్కటి గ్రంథపఠనాన్ని దరిచూచుకోవాలి చక్కగా వినాలి

822. మోహం కూడదు, చిత్త చాంచల్యం కూడదు లోభము కూడదు
అనవసరపు విసుగు కూడదు తృప్తి అన్ని విధాల శ్రేయో
దాయకమని ఎరుగవలయును

823. ధార్మిక కార్యాలకు విలువ ఎక్కువ అందుకు పెట్టే ఖర్చు
విలువ ఎక్కువ
అలాగే మహాత్ముడి శరణు కోరితే అన్ని విధాల క్షేమదాయకం

824. అహం కూడదు, నమ్రత సత్య వృత్తి మరు జన్మకు మంచిది
తన మన్నిక పది మంది కోసమని గ్రహించతగు

825. సద్గురువు అనుభవమున్న వాడు శిష్యుల కోసం దారి చూపేవాడు
అహంకారము లేని సద్గురువే నిజమైన దివ్యగురువౌతాడు

826. సాయిబాబా పరబ్రహ్మతో ఏకరూపులు అన్యత్వ భావం
లేనివారు
పరా, పశ్యన్తి, మధ్యమ, వైఖరి అన్ని ఎరుకపరచ గలవాడు

827. పరా అనేది స్ఫురణకు వచ్చేది ఒక రకంగా మనకుతోచేది
పశ్యన్తి హృదయస్థానంలోపు ప్రతిబింబించి అర్థమయ్యేది
మధ్యమ మననం చేసుకుని స్థిర పరచుకునేది
వైఖరి బయటికి పలికే ధ్వని సముదాయంతో వెలిగేది

828. అహంకారము, అనవసరపు అభిమానములేని వారిలో
నిజమైన భక్తి ఉంటుంది
సాయి భక్తులకు సాయిదేవుడే ధ్యాన ధారణ అయి ఉంటారు

829. మార్గదర్శకుడైన సాయిదేవుడు మనకు నిజమైన సారథి
మనకు తృప్తి నిచ్చే నిగ్రహం, దక్షత, కుశలత, చాతుర్యం
కల సారథి బాబా

830. జగత్తును నడిపేవాడు, బుద్ధిని మార్గం చూపేవాడు
మన సాయిదేవుడు
ఆయన చరణాలకు మొక్కి పూర్తిగా నిమగ్నులౌదాం

831. అంతఃకరణలో హరిచింతన ముఖ్యము, గురు చింతన ముఖ్యము
ఏ దేనిని సేవించునపుడు ఇతరులతో భాగస్వామ్యము ఉండాలి

832. అభ్యాసంతోను, వైరాగ్యంతోను ఇంద్రియ నిగ్రహము కష్టము కాదు
ఇంద్రియ నిగ్రహంతో పాటు మనస్సును చక్కగా దారికి
తెచ్చుకోగలము

833. తల్లిదండ్రులు లౌకికంగా దారి చూపగలరు
అలౌకికంగా సద్గురువులు పారిమార్థిక దారి చూపగలరు

834. సాయి దేవుడు మూర్తీభవించిన శుద్ధ చైతన్యం
సాయి నాథుని పట్ల నిశ్చల భక్తి కలగాలి అప్పుడే ముక్తి

835. అజ్ఞానమును వీడి జ్ఞానమును పొందుట మన ప్రథమ కర్తవ్యము
హృదయంలో క్షమ, మనసులో తృప్తి, అన్యులపట్ల అనన్యత
మౌలికము

836. ఓంకార శబ్దము బ్రహ్మము స్మరణ యోగ్యము ఎడతెగక
ఉచ్ఛరింపయోగ్యము
అప్పుడే జ్ఞానము స్వయంవ్యక్తమౌతుంది, అజ్ఞానం
వైదొలుగుతుంది

837. అజ్ఞానం వైదొలగడంతో జ్ఞానం స్వయం ప్రకాశమౌతుంది
భ్రమ, మోహం, ఆశ, క్రోధ లోభాలు మనకు తోడుండే
అజ్ఞాన భ్రమరాలు

838. అజ్ఞాన భ్రమరాలు వైదొలిగితే మనకు లభించేది జ్ఞానబ్రహ్మ
సాయి దేవుని పట్ల భక్తి విశ్వాసం ఉంటే మనకు లభించు ఆ బ్రహ్మ

839. శ్రీ సాయినాథుని దర్శనంతో మనకు శ్రేష్టమైన మోక్ష
సుఖం లభిస్తుంది
శారీరపు అవిటితనం కన్నా వైదొలగవలసింది మానసిక
అవిటితనం

840. ఉపకారానికి ప్రత్యుపకారం చెయ్యాలన్న కోరిక ఉండడం
కూడ భక్తే
గురూపకారాన్ని నిరంతరం స్మృతిలో ఉంచుకోవడం భక్తుని
అసలైన భక్తి

841. అహంకార బుద్ధి అపరాధ భావనకు దారి తీస్తుంది
నిరహంకార బుద్ధి అపరాధ భావనకు దారి తీయదు

842. కర్మలన్నిటినుంచి కర్తృత్వ భావన నుంచి దూరమవ్వడం
శ్రేయోదాయకం
కర్తృత్వ భావన తగ్గే కొద్దీ పారమార్థిక చింతన అభివృద్ధి
చెందుతుంది

843. సాయి దేవుని భజిస్తూ స్మరిస్తూ కాలం గడిపేవారు ధన్యులు
తమ మనో ధర్మాలను బాబాకు సమర్పించేవారు ధన్యులు

844. బాబా ఇచ్చిన చిలింని ప్రసాదంగా పీల్చి ఇవ్వడంతో బాళా
రామ్‌కు ఉబ్బస వ్యాధి దూరమైంది
ఒకసారి బాళారామ్‌కు దగ్గు వచ్చింది ఆ రోజే బాబా తన
దేహాన్ని వదిలాడు

845. మనసును గట్టి పరచుకొనవలయును బుద్ధిని
స్వాధీనం చేసుకొనవలయును
మమకారాలను త్యజించి గురు చరణాలకు అంకితము
కావలయును

846. సాయినాథుడు కార్యదక్షత గల సద్గురువు తనతో సంసార
భయం వైదొలగును
సాయినాథుడు శివ స్వరూపుడు చక్కని రచనకు
దారి చూపేవాడు ఆ సాయిబాబా

847. లోకానికి ఆదర్శవంతుడైన సాయినాథుడు నిశ్చల ప్రవృత్తికి
పారమార్థిక చింతనకు మార్గదర్శి
మానవులందరిలోను పశుపక్ష్యాదులలోను ఉన్న చైతన్యానికి
ఆయన నిదర్శి, మార్గదర్శి

848. బ్రహ్మ ప్రాప్తికి ముందు ఉండవలసిన విరక్తి లోభ రాహిత్యం
సామాజిక తేడాలు లేకుండా అందరిలో ఉన్న
ఏకత్వం చూడక తప్పదు

849. మనము సేవించబోయే వస్తువులను సద్గురు స్మరణ
తదనంతరమే కదా
అలాగే చెప్పే కథలు, వినే కథలు, గురుస్మరణకు నిధులు,
ఎదురుగా ఉన్న ధునికి దోహదకారులు

850. అన్నిటికన్నా ముఖ్యము గురు స్మరణ గురు అవగాహన
అన్యులను తక్కువ చెయ్యకుండా ఒకటిగా భావించవలసిన
ఐక్యత

851. దివ్యత్వంలో సామాజికత, రాజకీయజ్ఞత సర్వమూ దూరము
పెట్టుకొనవలెను.
దివ్యత్వంలోని వాణిని గ్రహించి హృదయంలో
నింపుకొనవలెను.

ఓం శ్రీ సాయినాథాయ నమః